சேரி ரெண்டுபட்டால்

(அம்பேத்கரியப் பார்வைக் கட்டுரைகள்)

சேரி ரெண்டுபட்டால்

(அம்பேத்கரியப் பார்வைக் கட்டுரைகள்)

மா. அமரேசன்

அறம்
பதிப்பகம்

சேரி ரெண்டுபட்டால்
(அம்பேத்கரியப் பார்வைக் கட்டுரைகள்)

மா. அமரேசன்

முதல் பதிப்பு: டிசம்பர் 2016
இரண்டாம் பதிப்பு: டிசம்பர் 2019

வெளியீடு:
அறம் பதிப்பகம்
3/582, முல்லைத் தெரு,
கஸ்தூரிபாய் நகர், TNHB எதிரில்,
முள்ளிப்பட்டு கிராமம் & அஞ்சல்
ஆரணி வட்டம்,
திருவண்ணாமலை மாவட்டம்.
632 316
தொடர்புக்கு: 9150724997
மின்னஞ்சல்: arampublication50@gmail.com
பக்கங்கள்: 72
விலை: ரூ. 90

ISBN 978-81-941792-0-7

Cheri rendupattal (Essays)
M. Amaresan ©

First edition: December 2016
Second edition: December 2019
Published by: Aram pathippagam

Address:
No. 3/582, Mullai street,
Kasthuribai nagar,
Mullipattu village & post
Arani Taluk - 632 316
Tiruvannamalai Dt, Tamil nadu
Contact Cell No: 9150724997
e-mail: arampublication50@gmail.com

Pages: 72
Price : INR 90

மா. அமரேசன்

15.07.1968 ஆம் ஆண்டு திருவண்ணாமலை மாவட்டம் கீழ் கரிக்காத்தூர் கிராமத்தில் பிறந்தார். முதுகலை சமுகவியல், மற்றும் சமூகப்பணி கல்விப் புலம். 20 ஆண்டுகளுக்கும் மேலாக தொண்டு நிறுவன அனுபவம், பல்வேறு நிலைகளில் மக்கள் போராட்டங்களை ஒருங்கிணைத்த அனுபவம் பெற்றுள்ளார். சிறந்த ஆவணமாக்கம் செய்பவர். தற்போது பீகார் மாநிலம் கயா மாவட்டத்தில் பீகார் அரசின் வறுமை ஒழிப்பு திட்டத்தில் மாவட்ட அளவில் பணி செய்கின்றார். ‘நடுங்கும் நிலம் நடுங்கா மனம்’, ‘கண்ணுக்குப் புலப்படாத தண்ணீரும் புலப்படும் உண்மைகளும்’, ‘சுற்றுச்சூழலும் சாதியப் புனிதமும்’ உள்ளிட்ட 5க்கும் மேற்பட்ட நூல்களை எழுதியுள்ளார்.

என் சித்தப்பா. பெ. சேட்டு அவர்களுக்கு,
எளிய சமர்பணம்.

அணிந்துரை

ஒடுக்கப்பட்ட மக்களின் பெருமூச்சும், கோபமும் பதிவிடப்படவேண்டியது எவ்வளவு முக்கியமோ அதற்கு மேலான முக்கியத்துவம் உடையது அவை முறையாக அரசியல் ஆற்றலாக மாற்றப்பட வேண்டியது. அந்த நோக்கத்தில்தான் தலித் இயக்கச் செயல்பாட்டில் பலர் கடுமையாக உழைத்துக் கொண்டிருக்கிறார்கள். அதில் ஒருவராக தோழர் அமரேசன் அவர்களைப் பார்க்கிறேன். நீண்டகாலமாக அவரின் செயல்பாடுகளை நன்கு அறிவேன் என்கிற நிலையில், அவர் எழுதிய பதினோரு கட்டுரைகளின் தொகுப்பாக வெளிவரும் 'சேரி இரண்டு பட்டால்' என்கிற இத்தொகுப்பையும் பார்க்கிறேன். சமூக விடுதலையின் மீது அவர் கொண்டிருக்கும் வாஞ்சை, வேட்கை ஆகியன இந்தத் தொகுப்பின் முழுதும் காண முடிகிறது. தொகுப்பில் உள்ள அத்துணைக் கட்டுரைகளையும் ஊன்றிப் படித்தேன். சாதி அடிப்படையில் அமைந்துள்ள இந்த சமூகத்தின் மீது அவர் கொண்டிருக்கும் கோபத்தைப் போலவே, சாதி ஒழிப்பை மையமாக முன்னிருத்திப் போராடும் தலித் அமைப்புகளின் செயல் பாடுகளின் மீது உள்ள அவநம்பிக்கையும், கோபத்தினையும் பார்க்க முடிகிறது. அது ஆற்றாமையின் சீற்றங்களை காட்டும் கட்டுரைகளாக அமைய உதவியுள்ளன என்றால் மிகையில்லை.

எனவே இத்தொகுப்பில் அவர் சுட்டிக் காட்டியுள்ள சில கருத்துக்களை வாசகரின் ஆர்வத்திற்காக குறிப்பிட நினைக்கிறேன். தொகுப்பின் முதல் கட்டுரையான அம்பேத்கர் சிலைக்கு மாலை மற்றும் அம்பேத்கர் திரைப்பட அரசியல் ஆகிய இரண்டு கட்டுரை முக்கியமாக கட்டுரைகள் மட்டுமல்ல, அவை இரண்டும் ஏறக்குறைய ஒரே தளத்தில் இயங்குகின்றன. அம்பேத்கர் பிறந்த நாளிலும் இறந்த நாளிலும் அவரது சிலைக்கு மாலைபோடும் தலைவர்கள் அவரது கொள்கைகளை நடைமுறைப்படுத்த முயல்வதில்லை என்று குற்றம் சாட்டுகிறார். அது போலவே அம்பேத்ரின் திரைப்படம் வெளிவந்தபோது அப்படம் திரையரங்குகளில் வெற்றிகரமாக ஓட தலித் இயக்கங்கள் முனைப்போடு வேலை செய்யவில்லை என்பதை சுட்டிக்காட்டி, தலித் தலைவர்ளே நாளை இதேபோல உங்களுக்கும் நேரலாம் என்று சுட்டிக்காட்டுவது உண்மையில் கவனிக்கப்பட வேண்டிய அம்சமாக பார்க்கிறேன். இதை தலித் இயக்கத் தலைவர்கள் உணர வேண்டும். மேலும், தொகுப்பில் உள்ள பெரும்பலான கட்டுரைகளை தலித் மக்களின் பொருளாதார மேம்பாட்டைப் மையப்படுத்தி எழுதப்பட்டுள்ளன என்கிற வகையில் தனிப்பட்ட நிலையில் நான் மகிழ்ச்சிக் கொள்கிறேன். ஏனெனில் தலித் மக்களின் இயக்கப் போக்கு குறித்து எழுத வரும் பலருக்கு பொருளாதாரம் பிடிபடுவதில்லை.அவர்கள் வரலாறோடு நின்று விடுகின்றனர், அல்லது தமது கோபத்தைப் பதிவு செய்யும் வடிகாலாகவே

தமது எழுத்துக்களை நிறுத்திக் கொள்கிறன்றனர். ஆனால் அமரேசன் அவர்கள் முனைப்புடன் தலித் மக்களின் பொருளாதார மேம்பாடு குறித்து கட்டுரைகளை எழுதியுள்ளார் என்பதைக் குறித்து பாராட்டுகிறேன். தலித் மக்கள் தமக்கான வங்கியினை உருவாக்குதல், கூட்டுறவு இயக்கத்தினை முன்னெடுத்தல், தமது வருவாயை தமது பொருளாதார செயல்பாட்டிற்கு ஏதுவான சுற்றுக்குப் பயன்படுத்திக் கொள்ளுதல் போன்ற திட்டங்களை முன்வைத்திருக்கிறார்.அவை ஒரு முன்னுரைகளாகவே பார்க்கிறேன். எதிர்வரும் காலத்தில் அவற்றை தனித்தனியாக ஆய்ந்து திட்டமாக முன்வைக்க வேண்டும் என்று விரும்புகிறேன்.

சேரி இரண்டுப்பட்டால் என்கிற கட்டுரை ஊர் இரண்டுப்பட்டால் கூத்தாடிக்குக் கொண்டாட்டம் என்கிற பழமொழியை மறுத்து, சேரி இரண்டுப்பட்டால் ஊர் அரசியலுக்கு பயன்படுகிறது என்கிற ஆதங்கத்தில் வெளிப்படுவதுடன், தலித் மக்கள் தமக்கான அரசியலை முன்னெடுக்க பயிற்றுவிக்கப்பட வேண்டும் என்பதை வலியுறுத்துவதைப் போலவே, தலித் மக்களின் பண்பாட்டின் அடிப்படையில் அம்பேத்கர் காட்டிய பௌத்தத்தின் பிடியில் மாறுமானால் கிடைக்கக்கூடிய பலனை பற்றி ஆசிரியர் கவலைக் கொள்கிறார்.அதற்குத் தீர்வாக சேரிகள் தோறும் பௌத்த விகார்கள் சிறிய அளவிலேலும் கட்டப்பட்டு சாதி இந்துக்களுக்கு எப்படி அவர்களது கோயில்கள் ஒரு பண்பாட்டு ஒருங்கிணைவை சாத்தியப்படுத்துகிறது, அப்படி புத்த விகார்கள் சாத்தியப்படுத்தும் என்று எதிர்பார்ப்பது நல்ல விளைவைத் தரும் என நினைக்கிறேன். அதேபோல மாலை நேர பள்ளிகள் குறித்த கட்டுரை அவசியம் கவனிக்கபட வேண்டிய கட்டுரை, ஏனெனில் மாலைநேரப் பள்ளி என்பது தலித் அரசியலில் ஒன்றரை நூற்றாண்டுக்கு மேலாக பின்னிப் பிணைந்து வந்துக் கொண்டிருப்பது.1800 முதல் அந்தப் பணியினை தலித் முன்னோடிகள் முன்னெடுத்திருக்கிறார்கள் என்பது பலர் அறியாதது. அதன் தொடர்ச்சியாகத்தான் பள்ளிகொண்டா பகுதியில் உள்ள மாலை நேரப்பள்ளிகளின் கூட்டமைப்பு. அதுவுமின்றி சென்னையில் அனைத்துச் சேரி பகுதிகளிலும் மாலை நேர பள்ளிகள் சிறப்புடன் இயங்கின. இன்றும் சில இயங்கி வருகின்றன, ஆனால் முன்பு போல நிறைய இடங்களில் செயல்படவில்லை என்பதை மறுக்க முடியாது. அந்த வகையில் அமரேசன் அவர்கள் மாலை நேரப் பள்ளிகளின் முக்கியத்துவத்தை சுட்டிக் காட்டியுள்ளது உள்ளபடியே எனக்கு மகிழ்ச்சியையும், ஆதங்கத்தையும் ஒருசேரத் தருகிறது. எனவே வாசகர்களுக்கு இந்த நூலை படிக்கப் பரிந்துரைப்பதில் மகிழ்ச்சியடைகிறேன்.அமரேசன் அவர்களின் இந்த முயற்சிக்கு எனது பாராட்டுதல்களையும் வாழ்த்துகளையும் தெரிவித்துக் கொள்கிறேன்.

அன்புடன்

ஜா.கௌதம சன்னா

என்னுரை

சேரிரெண்டுபட்டால் என்னும் இந்த புத்தகம் உங்களின் கைகளில் கிடைப்பதற்கு காரணமாக இருக்கும் பலரை இந்த நேரத்தில் நினைவுகூர கடமைப்பட்டுள்ளேன். சேரிரெண்டு பட்டால் கட்டுரையை அட்டையில் போட்டு என்னை பெரும் எழுத்தாளராக உயர்த்திய காக்கை சிறகினிலே புத்தகத்துக்கு எனது முதல் நன்றி. வளங்கள் ஊருக்கு சலுகைகள் சேரிக்கு கட்டுரையும் மற்றும் சில கட்டுரைகளும் காக்கை சிறகினிலே வந்த கட்டுரைகள். அதன் ஆசிரியர் தோழர். முத்தையாவுக்கும் எட்வின் அண்ணனுக்கும் மிக்க நன்றி. புதிய கோடங்கி பத்திரிகை ஆசிரியர். சிவகாமி மேடத்துக்கும் மிக்க நன்றி. தோழர் சண்முகானந்தம் தொடர்ந்து என்மீது கவனமும் அக்கரையும் செலுத்திவரும் இனிய பண்பாளர் அவருக்கும், கவிஞர் யாழன்.ஆதி. பேரா. சாம்வேல் ஆசிர்.ராஜ். மற்றும் பேரா. அரங்க.மல்லிகா, ஆகியோருக்கும். அன்பன் அண்ணன், புதுவாழ்வு திட்டத்தின் மாநில வல்லுனர். பெஞ்சமின் விக்கடருக்கும், வீரபாண்டியன் அவர்களுக்கும் தொடர் நன்றிகள்.

தமிழ் சமூகம் என் மீது தொடர் புறக்கணிப்பை இரண்டு விதங்களில் நிகழ்த்திக் கொண்டிருக்கின்றது. ஒன்று நான் ஒடுக்கப்பட்ட மக்களினத்தை குறித்து எழுதுவதால் பிற்படுத்தப்பட்ட மற்றும் முற்படுத்தப்பட்ட சமூகம் தொடர்ந்து என்னை புறக்கணித்துக் கொண்டே இருக்கும் அதே போல் பட்டியலினத்தில் பல அறிவுசீவிகளும், எழுத்தாளர்களும், வாசிப்பாளர்களும் விமர்சகர்கள் என பலர் இருந்தாலும் இதுவரை என் எழுத்தை கவிஞர்.யாழன் ஆதி. பேரா. அரங்கமல்லிகா. அய்யா. தியோடர் பாஸ்கரன் மற்றும் சண்முகானந்தம் ஆகியோர் மட்டுமே வாசித்து தங்கள் கருத்தை பதிவு செய்திருக்கின்றனர். மற்றவர்கள் மிக எளிமையாக என்னை புறக்கணித்து வருகின்றனர். அத்தகைய புறக்கணிப்பின் காரணம் என்னவாக இருக்கும் என்பதை நான் இதுவரை அறிய முற்பட்டதில்லை, இருப்பினும் அவர்களுக்கும் என் நன்றிகள். அதுவும் ஒரு வகையில் எனது எழுத்துக்கான வளர்ச்சியாகவே நான் கருதுவதால் அவர்களுக்கும் எனது நன்றிகள். வழக்கம் போல் எனது எல்லா வெற்றிக்குப் பின் இருக்கும் என் குடும்பத்தினர், மனைவி, அ. கௌரி, மகள். இன்பக்குமாரி, கதிரேசன், பவானி, ஆகியோருக்கும். என் அம்மா, மற்றும் என் அன்புத் தம்பி, கோபிகிருஸ்ணன், என் சித்தப்பா, சின்னக்குழந்தை, சித்திகள் பார்வதி சின்னக்குழந்தை மற்றும் சந்திரா சேட்டு ஆகியோருக்கும் எனது எளிமையான நன்றி. இந்த புத்தகத்தை சிறப்புற வடிவமைத்த தோழர். மெய்யருள், மற்றும் சண்முகானந்தம் ஆகிய இருவருக்கும், அறம் பதிப்பகத் துக்கும் மிக்க நன்றி.

மா.அமரேசன்

பொருளடக்கம்

அண்ணலின் சிலைக்கு மாலை கொள்கைக்கு பாடை

ஆண்டுதோறும் அண்ணலின் பிறந்த நாளான ஏப்ரல் 14 மற்றும் நினைவு நாளான டிசம்பர் 6 ஆகிய இரு நாட்களில் அண்ணலின் சிலைக்கு மாலை சூடும் நிகழ்வு அனைத்து அரசியல் கட்சித் தலைவர்களாலும், தலித் அரசியல் கட்சித் தலைவர்களாலும், சமூக செயல்பாட்டாளர்கள், மற்றும் அண்ணலின் மீது ஆர்வம் கொண்டவர்களாலும் நிகழ்த்தப்படும் நிகழ்வாகவே இந்தியா முழுமைக்கும் உள்ளது. தமிழகத்தில் மிக அதிகமான அளவில் அண்ணலின் சிலைக்கு மாலை சூடும் நிகழ்வு என்பது அரசியல், சமூகத் தளத்தில் தனக்கான இருத்தலை உலகுக்கு தெரியப்படுத்தும் ஒரு எளிய சடங்காகத்தான் இங்குள்ள ஊடகங்களும் வெளிப்படுத்துகின்றன. மாலையிடும் தலைவர்கள் முதல் தொண்டர்கள் வரை அனைவரின் மனோபாவமும் தனக்கான இருத்தலை உலகுக்கு தெரியப்படுத்தும் விதமாகவே உள்ளது.

இதனை வேறுவிதமாக சொல்வதென்றால் ஆண்டுக்கு இரு முறை அண்ணலை நினைத்துக் கொள்கின்றோம், மற்ற நாட்களில் அவரை வசதியாய் மறந்து விடுகின்றோம். அவர் சொல்லிச் சென்ற “கற்பி, ஒன்று சேர், கிளர்ச்சி செய்” இன்றைக்கு தலித் மக்கள் மற்றும் அரசியல் தலைவர்களின் மனதில் இருந்தும் சமூக செயல்பாட்டாளர்கள் மனதில் இருந்தும், சமூக ஆர்வலர்கள் மனதில் இருந்தும் மறைந்து போய்விட்டது.

ஆனால் பிற சாதியினர் இந்த மூன்று கோட்பாடுகளையும் உள்வாங்கிக் கொண்டு தனக்கான இருத்தலை அம்பேத்கரை எதிர்த்துக்கொண்டு அவரின் முழக்கமான கற்பி, ஒன்றுசேர், கிளர்ச்சி செய் என்பதை தாம் சார்ந்த சாதியிலுள்ளோரிடம் செயல்படுத்திக் கொண்டிருக்கின்றனர். இதுதான் இன்றைய சாதிய அரசியலிலும், சமூக அரசியலிலும் நிகழ்ந்து கொண்டிருக்கின்றது.

தமிழகத்தில் அரசு பள்ளிகளை நம்பியே தலித் குழந்தைகளின் கல்வி உள்ளது. ஆனால் இன்று அரசு பள்ளிகளை அரசே திட்டமிட்டு எண்ணிக்கையில் குறைத்துக்கொண்டு வருகின்றது. கல்வி மட்டுமே தலித் சமூகத்தில் மிகப்பெரும் சொத்தாக இன்றும் கருதப்பட்டு வருகின்ற சூழலில் அரசுப் பள்ளிகளின் எண்ணிக்கையை உயர்த்த வேண்டும், அவற்றின் கல்வித் தரத்தை உயர்த்த வேண்டும் என என்றாவது நாம் அரசுக்கு கோரிக்கை வைத்திருப்போமா? அல்லது போராடித்தான் இருப்போமா?

தொலைக்காட்சிகளின் ஆதிக்கம் மிகுந்துள்ள இன்றைய நிலையில் சேரியில் உள்ள குழந்தைகள் தங்களது வீட்டில் படிப்பதற்கான சூழல் மிக அருகிப் போய் உள்ளது. இதனை தவிர்க்கவும், தலித் குழந்தைகளின் தேர்ச்சி விகிதத்தை அதிகரிக்கவும், சேரிகள் தோறும் இலவசப் படிப்பு மையத்தை ஏன் இதுவரை எந்த அரசியல் கட்சியும், தலைவர்களும், சிந்தனையாளர்களும், அண்ணலின் சிலைக்கு மாலையிட்டு தான் தலித் சமூகத்தில் மிகப்பெரும் ஓர் ஆளுமை என காட்டிக் கொள்ள முயற்சிக்கும் எவரும் செயல்படுத்தவில்லை? ஆதி திராவிடர் நலப் பள்ளிகளின் எண்ணிக்கை மிகக் குறைந்த அளவிலேயே உள்ளது. பள்ளிக் கல்வித் துறையிலும், உயர் கல்வித் துறையிலும் அதை அதிகப்படுத்த இதுவரையிலும் யாரும் குரல் கொடுக்கவில்லை. பட்டியல் இனத்தைச் சேர்ந்த மாணவி, மாணவர்களுக்கென்று, தனிப் பள்ளிகள், விடுதிகள் இருப்பது போல பண்ணிரெண்டாம் வகுப்புக்கு மேல் பட்டியல் இன மாணவ, மாணவிகள் பயில்வதற்கென்று தனி கல்லூரிகளோ, பல்கலைக்கழகங்களோ இல்லை, இதனால் பனிரெண்டாம் வகுப்புக்கு மேல் பயில்வதில் பட்டியல் இனத்தை சேர்ந்த மாணவ, மாணவிகளுக்குப் பெரும் உளவியல் சிக்களும் சமூக நெருக்கடிகளும் நேர்கின்றது,

இதனைக் களைவதற்காக, பட்டியல் இன, சாதி மக்கள் படிப் பதற்கென தனிக் கல்லூரி மற்றும் பல்கலைக்கழகம் அமைப்பது காலத்தின் கட்டாயமாகின்றது, இதை எந்தப் பட்டியல் இன, சாதித் தலைவரும், கட்சியும் இதுவரை கோரிக்கையாக்காமல் இருப்பது ஏன்? கற்பதற்கும், கற்பிப்பதற்கும் யாரும் இல்லாமல், இடமும் இல்லாமல் பட்டியல் இன மாணவர்களின் எண்ணிக்கை கல்வித் தரத்தில் எப்படி உயர இயலும்?

“அடிமையிடம் போய் நீ அடிமை என்று சொல் மற்றவற்றை அவன் பார்த்துக் கொள்வான்” என்னும் அண்ணலின் பொன்மொழிக்கு ஏற்ப இன்றைய சூழலில் உலகமயம், தாராளமயம், மற்றும் தனியார் மயக் கொள்கைகளால் முதலில் பாதிக்கப்படுவது ஏழை, எளிய சேரி மக்களாக இருக்கின்றனர், இந்த பாதிப்பில் இருந்து மீண்டு வரவும், தங்களைப் பொருளாதாரத்தில் உயர்த்திக் கொள்ளவும், தலித் மக்களின் பொருளாதார மேம்பாட்டுக்கென நிறுவனங்கள் உருவாகாமல் இருப்பதால் தலித்துகள் பொருளாதாரத்தில் இன்னும் முன்னேற இயலவில்லை.

அண்ணலின் சிலைக்கு மாலையிட்டு தங்களை தாழ்த்தப்பட்ட மக்களின் ஏகோபித்த பிரதிநிதியாக காட்டிக்கொள்ள முனையும் தலைவர்கள் ஏன் தலித்துகளின் மேம்பாட்டுக்கென நிறுவனங்களை

உருவாக்கி பொருளாதார உயர்வுக்கு வழிகாட்டவில்லை. சேரிகள் தோறும் அம்பேத்கர் சிலைகளை வைத்திருக்கும் தலித் மக்கள் இதுவரையிலும் தங்களை ஓர் அணியில் ஒன்றுபட்டு, ஒரு பெரும் அரசியல் சக்தியாக நிற்க இயலவில்லை தமிழ்நாட்டில் இதுவரையிலும்.

சேரிகள் தோறும் அரசியல் கட்சிகளாய்ப் பிரிந்திருக்கும் தலித் மக்கள், இதுவரையிலும் தங்களின் வாக்கு வலிமையை உணர்ந்து ஓரணியில் திரண்டு நிற்க செய்ய இயலவில்லை எந்த தலித் தலைமையினாலும். ஒடுக்கு முறைகளுக்கு எதிராக திரண்டு ஒன்றுபட்டு நிற்க தெரியவில்லை.

எங்கு எந்த வன்கொடுமை நேர்ந்தாலும், நாளை அது நமக்கும் நேரிடும் என்ற விழிப்புணர்வுகூட இல்லாமல் இருக்கின்றனர். பின் பாதிக்கப்பட்டதும் புலம்புகின்றனர். தலித் மக்களிடையே தலித் அரசியல் கட்சி தலைவர்கள் நிகழ்த்துவது ஒப்பாரி அரசியலாக இருக்கின்றது. உரிமை அரசியலாக இல்லை. விழிப்புணர்வு அரசியலாக இல்லை.

சேரிகளில் படுகொலைகள் நிகழ்ந்த பின்புதான் அது அரசியல் ஆக்கப்படுகின்றது. படுகொலைகள் நிகழும் முன் தடுப்பதற்கான செயல்திட்டம் இல்லாமல் நாளொன்றுக்கு இரண்டு தலித்துகளை படுகொலைகளால் இழந்து கொண்டிருக்கிறோம் என்ற புரிதல்கூட இல்லாமல் சிலைக்கு மாலையிட்டு தங்களைப் பெரும் தலைவர்களாகக் காட்டிக்கொள்ளும் புகழ் போதை தலைமையை என்ன சொல்வது.

இறுதியாக, இந்துவாக பிறந்தேன், இந்துவாக சாகமாட்டேன். என் சமூகத்தை இழிநிலையில் விட்டு செல்லமாட்டேன் என சூளுரைத்து, இந்து மதம் என்பது பிறப்பின் அடிப்படையில் மக்களைப் பிரித்து வைத்து இழிவுபடுத்துகின்ற மதம், எனவே அதில் தாழ்த்தப்பட்ட மக்களுக்கு சம உரிமை, சகோதரத்துவம் கிடைக்காது என்பதனால், பிறப்பின் அடிப்படையில் உயிரினங் களை பிரித்துப் பார்க்காமல், அனைத்து உயிர்களிடமும் அன்பை போதித்து, சமத்துவத்தையும், சகோதரத்துவத்தையும் போதிக்கின்ற பௌத்த மார்க்கத்தை தேர்ந்தெடுத்து பௌத்தம் தழுவினார். எனது வாழ்வின் இறுதிவரைக்கும் நான் இந்தப் பணியை தொடர்ந்து செய்வேன் என்றும் சபதம் செய்தார்.

இந்து சமய கோயில்களை மையமாக வைத்துக் கட்டமைக் கப்படும் பொருளாதாரத்தினால் நிலவுடைமைச் சாதிகள், மற்றும், பார்பணியர்கள் மட்டுமே பயன்பெறுகின்றனர். இந்து கோயில்களுக்கு செல்வதனால் தலித்துகளுக்கு எந்த பயனும்

இல்லை, மாறாக அவர்கள் பாடுபட்டு சேர்த்த செல்வம் யாவும் கோயிலை மையப்படுத்திய சமய சடங்குகள் என்ற பெயரில் செலவழித்து விட்டு ஏழைகளாகவே தங்களது வாழ்வை தொடர்ந்துகொண்டிருக்கின்றனர்.

உதாரணமாக ஆண்டுக்கு 100 கோடிக்கும் மேல் ஐயப்பன் வழிபாட்டில் தமிழ்நாட்டில் இருந்து கேரளத்துக்கு வரும் இலாபமாக கணிக்கப்பட்டிருக்கின்றது. இவற்றில் சேரிகளில் இருந்துதான் ஐயப்பன் கோயிலுக்கு செல்வோர் அதிகமாக இருக்கின்றனர். இவர்களுக்கு, இவர்களுடைய இந்தப் பக்தியை புத்தரின் பேரில் திசை திருப்பவில்லை, அவ்வாறாக திசை திருப்பியிருந்தால் இருக்கும் இடத்திலிருந்தே தியானம், பௌத்த வழிபாடு மூலமாக மன அமைதி பெற்றிருப்பார். சேரி மக்களின் பொருளாதாரம் அவர்களின் வாழ்வியல் செயல்பாட்டிற்கு உதவியாக இருந்திருக்கும். இதைத்தான் அண்ணலும் “கடவுளுக்கு செலுத்தும் காணிக்கையை உங்கள் பிள்ளைகளின் கல்விக்கு செலவிடுங்கள்” என்றும் முன் மொழிந்திருக்கின்றார்.

அவரின் மறைவுக்கு பிறகு நாம் யாரும் அந்த வேலையை செய்யவில்லை, சுயமரியாதை இல்லாத இந்து மத சகதியில் உழன்றுகொண்டு பெருமை பேசிக்கொண்டிருப்பது என்பது பௌத்த மார்க்கம் தீர்வு என்று சொன்ன அண்ணலை நாம் இழிவுபடுத்துவதற்கு சமம் என்பதை இங்கு யாரும் உணரவில்லை, தலித் மக்களுக்கும் உணர்த்தவில்லை. ஆனால் அண்ணல் உருவாக்கித்தந்த சட்டங்களின் மூலமும், இட ஒதுக்கீட்டின் மூலமும் பயனை அனுபவிக்கவும், மட்டும் நமக்கு அண்ணல் தேவைப்படுகின்றார் இதுதான் இன்றைக்கு யதார்த்தமான உண்மை.

அண்ணலின் சிலைக்கு மாலையிட்டு தங்களை தலித் மக்களின் ஆகச் சிறந்த ஆளுமைகள் என காட்டிக் கொள்ளும் எவரும் முதலில், பௌத்தம் தழுவட்டும், அதற்குப் பின் தன் சார்ந்தவர்களை பௌத்தம் ஏற்க வைக்கட்டும், இந்து மதக் கோட்பாட்டின்படி பிறப்பின் அடிப்படையில் தாழ்த்தப்பட்டவர்கள் என்ற இழிவான நிலையில் இருந்து, பௌத்தம் தழுவுவது மட்டுமே நம்மை சம நிலைக்கு உயர்த்தும் என்பதாலே அண்ணல் பௌத்தம் ஏற்றார்.

இந்து மதத்தில் இருந்து கொண்டு ஒரு தலித் ஒரு மனிதனை நோக்கும்போது, அவர் நமக்கு மேல் உள்ள சாதியா அல்லது கீழ் உள்ள சாதியா என்ற கேள்வியும் பாகுபாடான எண்ணமும் மட்டுமே நிலைத்து நிற்கும். ஆனால் பௌத்த மார்க்கத்தின்படி மனிதர்கள் அனைவரும் சகோதரர்கள் சமமானவர்கள் என்ற

எண்ணம் உருவாகும். அண்ணல் போதித்த அல்லது தழுவிய பௌத்த மார்கமே சமத்துவமானவர்கள் என்ற நிலைக்கு நம்மை உயர்த்தும், அதை ஏன் இங்கு செய்வதற்க்கு யாரும் இல்லை.

உலகின் மிகசிறந்த சிந்தனையாளர், அறிவாளி, படிப்பாளர் என்றெல்லாம் அயல்நாடுகளில் போற்றப்படும் அண்ணல் அம்பேத்கரை, அவரின் கொள்கைகளை மதித்துவிட்டு பிறர் போற்றவும், பராட்டவும் வேண்டும் என்பதற்கா அண்ணலின் சிலைக்கு மாலையிட்டு தங்களை அடையாளப்படுத்துவது சுய போதையும் புகழ்போதையும் தலைக்கேறிய செயல்தானே.

ஆண்டுக்கு இருமுறை அண்ணலின் சிலைக்கு மாலையிடுவோர், ஏன் இதுவரை சேரிகள் தோறும் ஆண்டுக்கு இருமுறைதான் சார்ந்தவர்களையும் தன் மக்களையும் இந்து மதத்தில் இருந்து வெளியேற்றி, பௌத்தம் தழுவச் செய்ய இயலவில்லை. அவ்வாறு செய்திருந்தால் இந்நேரம் இந்து மதம் என்கின்ற ஒரு மதமே இருந்திருக்காது. நம்மை பின்பற்றி சாதியக் கொடுமையையும் தீண்டாமை கொடுமையை அனுபவித்து வரும் அனைவரும் பௌத்தம் தழுவி சமத்துவத்தை நிலைநாட்டி இருப்பார்கள். பௌத்தம் தழுவுவதை ஒரு செயல்திட்டமாக ஏன் எந்த தலித் கட்சியும் இயக்கமும் முன்னெடுக்கவில்லை என்பதே எனது கேள்வி, அம்பேத்கரின் சிலைக்கு மாலைசூடுவது இல்லை. அவரின் பௌத்தம் ஏற்க்கும் செயலை தொடர்ந்து செய்யாத அல்லது ஆதரிக்காத எவருக்கும் அண்ணலின் சிலைக்கு மாலைசூடும் தகுதியில்லை.

இறுதியாக அண்ணலை அவமானப்படுத்த வெளியில் யாரும் இல்லை இந்தியாவிலும் தமிழகத்திலும் இன்னும் இந்து மதத்தில் இருக்கும். தலித்துகளைத் தவிர என்ற உண்மையை நாம் உணர்ந்து கொள்ள வேண்டிய தருணம் இது.

வளங்கள் ஊருக்கு சலுகைகள் சேரிக்கு

இரண்டாயிரம் ஆண்டுக்கும் மேற்பட்ட இந்து சமூக கட்டமைப்பில் சாதி இறுகிப்போய் தன்னுடைய கட்டமைப்புகளை மேலும் இறுக்கிக் கொண்டே வந்துள்ளது. ஆயினும் இந்திய வரலாறு நெடுகிலும் சாதிய பாகுபாடற்ற சமூக கட்டமைப்பை நோக்கி நகர்த்தும் பணியும் பலப்பல பரிமாணத்துடன் தொடர்ந்து நடந்து கொண்டே வருகின்றது.

எளிமையாக கூறுவதென்றால், இந்திய வரலாறு என்பதையே 'ஒரு தீண்டப்படாதவனுக்கும், தீண்டப்படுபவனுக்குமான தொடர் உரிமை போராட்டமாக'க் கருதலாம். இதில் தீண்டப்படாதவன் தொடர்ந்து சமூகத்தின் அடிமட்டத்தில் இருப்பதற்கேற்ப, சாதிய அமைப்பு தொடர்ந்து செயலாற்றிக் கொண்டிருக்கிறது.

ஊர் என்றும், சேரியென்றும் பிரிந்து கிடக்கும் இந்திய சமூகக் கட்டமைப்பில் எல்லா வளங்களும் ஊருக்கென்றே நிர்ணயிக்கப்படுகிறது. ஊர் மக்கள் அளிக்கும் பிச்சை அல்லது சில சலுகைகள் மட்டும் சேரிக்கென்றும் அதைத் தவிர்த்து எந்த நிலையிலும் சமபங்கு என யாரும் கேட்டுவிடாத நிலையில்தான் தீண்டப்படாதவர்கள் காலம் காலமாக வைக்கப்பட்டுள்ளனர்.

இந்திய கிராமங்களில் தீண்டத்தகாதவர்களின் வாழ்க்கை நிலை மற்றும் எத்தகைய நிபந்தனைகளை ஏற்றுக்கொண்டு வாழ்க்கையை நடத்துகின்றனர் என்பதை புரட்சியாளர் அம்பேத்கர் இவ்வாறு விளக்குகின்றார்.

• தீண்டாதவர்கள், இந்துக்கள் வசிக்கும் இடத்துக்கு அப்பால் தனியான பகுதிகளில் வசிக்க வேண்டும். இவ்வாறு பிரித்து வைக்கும் விதியை மீறுவது குற்றமாகும்.

• தீண்டாதோர் வசிக்கும் பகுதிகள் தெற்கு திசையில் இருக்கவேண்டும், ஏனென்றால் தெற்குதான் நான்கு திசைகளில் மிகவும் அமங்கலமானது. இந்த விதியை மீறி நடப்பது குற்றமாக கருதப்படும்.

• தீண்டாதவர்கள் தீட்டு ஏற்படுத்தும் தூரம் அல்லது நிழல் தீட்டு பற்றிய விதியைப் பின்பற்ற வேண்டும். இந்த விதியை மீறுவது குற்றமாகும்.

• தீண்டாத சமுதாயத்தின் உறுப்பினர்கள் நிலம், கால்நடைகள் போன்ற செல்வங்கள் சேர்ப்பது குற்றம்.

• தீண்டாத சமுதாயத்தைச் சேர்ந்தவர்கள் ஓட்டுக்கூரை உள்ள வீடு கட்டுவது குற்றம்.

• தீண்டாத சமுதாயத்தைச் சேர்ந்தவர்கள் சுத்தமான உடை உடுப்பது, கைக்கடிகாரம் அல்லது தங்க நகைகள் அணிவது குற்றம்.

• தீண்டாத சமுதாயத்தைச் சேர்ந்தவர்கள் தங்கள் குழந்தைகளுக்குப் கம்பீரமாக ஒலிக்கும் பெயர்களை வைப்பது குற்றம். அவர்களின் பெயர்கள் இகழ்ச்சியைக் குறிப்பனவாக இருக்க வேண்டும்.

• தீண்டாத சமுதாயத்தைச் சேர்ந்தவர்கள் ஓர் இந்துவின் முன்னால் நாற்காலியில் உட்காருவது குற்றம்.

• தீண்டாத சமுதாயத்தைச் சேர்ந்தவர்கள் கிராமத்தின் வழியே குதிரை மீதோ பல்லக்கிலோ அமர்ந்து செல்வது குற்றம்.

• தீண்டாத சமுதாயத்தைச் சேர்ந்தவர்கள் கிராமத்தின் வழியே தீண்டாதோரின் ஊர்வலத்தை நடத்திச் செல்வது குற்றம்.

• தீண்டாத சமுதாயத்தைச் சேர்ந்தவர்கள் இந்துவுக்கு வணக்கம் தெரிவிக்காமலிருப்பது குற்றம்.

• தீண்டப்படாத சமுதாயத்தைச் சேர்ந்தவர்கள் பண்பட்ட மொழியொன்றைப் பேசுவது குற்றம்.

• தீண்டாத சமுதாயத்தைச் சேர்ந்தவர் யாரேனும், இந்துக்கள் உண்ணாவிரதமிருக்கின்ற புனித நாளிலும், உண்ணாவிரத்தை முடித்துக் கொண்டு உணவு உண்ணப் போகும் நேரத்தில் கிராமத்தினுள் செல்ல நேர்ந்தால் பேசிக்கொண்டு செல்வது குற்றமாகும். ஏனெனில் அவர்களின் மூச்சு ஊரின் காற்றையும், இந்துக்களின் உணவையும் மாசுபடுத்துவதாக கருதப்படுகிறது.

• தீண்டாதவர் ஒருவர், தீண்டத்தக்கவரின் புறச்சின்னங்கள் எதையும் அணிந்து தம்மை தீண்டத்தக்கவர் போலக் காட்டிக் கொள்வது குற்றம்.

• தீண்டாதவர் தம்முடைய தாழ்ந்த தகுதிக்கு ஏற்றபடி நடந்து கொண்டு, பொதுமக்கள் அவரை அறிந்து அடையாளம் கண்டுகொள்ளும் வகையில் பின்வருவன போன்ற புறச்சின்னங்களைக் கொண்டிருக்க வேண்டும்.

இழிவான பெயரைக் கொண்டிருப்பது

சுத்தமான உடை அணியாதிருப்பது

வீட்டுக்கு ஓட்டுக் கூரை இல்லாமலிப்பது

வெள்ளி, தங்க நகைகள் அணியாமலிப்பது —

இந்த விதிகளில் எதையும் மீறாதிருக்க தீண்டப்படாதவர்கள் நிர்பந்திக்கப்பட்டார்கள்.

இந்த விதிமுறைகள் யாவும் தீண்டப்படாதவர்களின் பொருளாதாரத்தையும் சமூகத்தில் அவர்கள் சேர்ந்து வாழும் முறையையும் தடுக்கும் விதத்திலேயே இருப்பதை ஒடுக்கப்பட்ட மக்கள் உணர்ந்து கொள்ளவேண்டும். அதன் அடிப்படையிலேயே தீண்டப்படாதவர்கள் காலந்தோறும் ஒடுக்கப்பட்டு வருகிறார்கள்.

சங்க காலத்தில் தீண்டப்படாதவர்களின் நிலை

துடியன், பாணன், பறையன், கடம்பன் என்ற இந்த நான்கு குடிகள் இல்லாது குடிகள் இல்லை என்று தொல்காப்பியத்தில் சொல்லப்பட்டிருந்தாலும், இதனுடைய உள்நோக்கை பார்க்கும் போது இழிநிலையில் இருந்த இச்சமுக மக்களை இழிநிலையில் பார்க்க கூடாது என வலியுறுத்தவே எழுதப்பட்ட ஒன்றாக எடுத்துக் கொள்ள வேண்டியுள்ளது. மேலும் இவர்கள் போர்க்களத்தில் இறந்த வீரர்கள் மற்றும் அரசர்களின் இறுதிச்சடங்கை செய்யும் மக்களாகவே சங்க இலக்கியத்தில் வரையறுக்கப்பட்டிருக்கின்றனர். அதிலும் போர்களத்தில் இறக்கும் வீரனின் அல்லது அரசனின் தலையில் உள்ளவைகள் ஒரு சாதிக்கு என்றும், தோளில் உள்ளவைகள் மற்றொரு சாதிக்கு எனவும், கைகளில் உள்ளவை ஒரு சாதிக்கு என்றும், கால்களில் உள்ளவை ஒரு சாதிக்கு என்றும் வரையறுக்கப்பட்டுள்ளது.

போர்களத்தில் செத்துமடியும் ஒரு போர்வீரனிடமோ அல்லது அரசனிடமோ இருப்பதை சொந்தம் கொண்டாடுவதற்காகவே இந்த நான்கு சாதிகளும் பிணங்களை எரியூட்டும் வேலையை செய்து கொண்டு வந்திருக்கின்றன. சமூகத்தின் கடைநிலைச் சாதிகளுக்கு வேலை வாய்ப்புகள் மறுக்கப்பட்டதாலே போர்களத்தில் பிணங்களுடன் தங்களுடைய வாழ்வை பிணைத்துக் கொண்ட அவல நிலையில் இருந்துள்ளனர்.

இதுவே நீட்சி பெற்று போர்களற்ற காலத்தில், நிகழும் மரணத்திற்காக போரில் இறந்தவனாகவே பாவித்து மார்பை கீறி சுடுகாட்டில் புதைக்கப்பட்ட வரலாற்று சம்பவத்தோடு பிணைந்துப் பார்க்கவேண்டியுள்ளது. சங்க காலத்திலேயே மேற்சொன்ன நான்கு சாதிகளும், தொண்டுழியம் செய்ய பிணத்துடன் பிணைக்கப்பட்டிருந்தனர். வரலாற்றுக் காலத்தின்

தொடர்ச்சியாகவே இன்றும் மரணம் எங்கு நிகழ்நதாலும் அதை அடக்கம் செய்ய எளிய மக்கள் தேவைப்படுகின்றனர். அரசாங்க வேலைகளையும், சேவைகளையும் பிறசாதிகள் கைப்பற்றிக்கொண்டு வருமானமற்ற இழிவான வேலையான பிணத்துடன் இழி குடிகள் பிணைக்கப்பட்டதால், துடியன், பாணன், பறையன், கடம்பன் என்ற இந்த நான்கு குடிகளுக்கு பொருளாதார கட்டமைப்பு சங்க காலத்திலிருந்தே மறுக்கப்பட்டு வந்திருக்கின்றது.

முதல்குடி என தொல்காப்பியர் குறிப்பிடும் இந்த நான்கு சாதிகளும் போர்களத்தில் சண்டையிட்டதை சங்க இலக்கியமும் வரலாறும் உறுதி செய்யவில்லை. ஆயினும் மற்ற சாதிகள் போர்க் களத்தில் சண்டையிட்டதை பெருமைபட பேசுகின்றனர். அதன் வழியே எல்லா வளங்களும் மற்றவர்களுக்கு வந்து சேர்ந்து இருக்கின்றது.

பிற்கால அரசர்கள் காலத்தில் தலித்துகள் நிலை

தமிழகத்தில் பிற்கால அரசர்கள் காலத்தில் குறிப்பாக சோழர்களின் ஆட்சி காலத்தில் நிலங்கள் மூன்று வகையாக பிரிக்கப்பட்டிருந்தது

• பண்டார நிலங்கள் — அரசனுக்கு சொந்தமானவை

• அமர கிராமங்கள் — நயங்கார முறை (இந்த நிலத்தை பராமரிப்பவர்கள் விளைச்சலில் பாதிப் பங்கை அரசனுக்குத் தர வேண்டும். மேலும் படை வீரர்களைப் பராமரித்து தேவைப்படும் போது அரசருக்கு போரிட அனுப்ப வேண்டும்.)

• மான்ய கிராமங்கள் — இலவசமாக அல்லது தானமாக வழங்கப்படுவது

பிரமதேயம் — பிராமணர்களுக்கு தானமாக வழங்கப்படுவது

தேவதேயம் — கோயில்களுக்கு தானமாக வழங்கப்படுவது

மடப்புரம் — மடங்களுக்கு தானமாக வழங்கப்படுவது

இவ்வகையான நிலங்களில் விவசாய கூலிகளாகவும், பண்ணை அடிமைகளாக குறைந்த கூலிகளில் தலித்துகள் குறிப்பாக பறையர்கள், பள்ளர்களின் உழைப்பு சுரண்டடப்பட்டுள்ளது. தாங்கள் வேலை செய்யும் இடத்திலேயே விவசாயத்துக்கு பயன்படாத நிலத்தில் குடிசை கட்டிக்கொண்டு வாழ அனுமதிக்கப்பட்டிருந்தனர். அவ்வாறு அவர்கள் குடிசை போட்டு வாழ்ந்து இருக்கும் நிலங்களில் வீட்டு தோட்டங்கள் அமைத்து

காய்கறி பயிரிட்டாலும் அது அந்த பண்ணை உரிமையாருக்கே சொந்தமானதாக கருதப்பட்டு எப்பொழுது வேண்டுமானாலும் அவர்கள் பறித்துச் செல்லும் நிலை இருந்தது.

இதனை தவிர்க்கவே பூசணி, அவரை, சுரைக்காய் போன்ற கொடி வகைகளை அதிகமாக நட்டு அதனை பண்ணை முதலாளியோ மற்றும் அவரின் வேலைக்காரர்களோ பறித்து சென்று விடாமல் இருக்க தாங்கள் வசிக்கும் வீட்டுக் கூரையின் மேல் ஏற்றி விடுவார்கள். தலித்துகளின் வீட்டு கூரையின் மேலேறி காய்கறிகளை பறித்துக் கொண்டு செல்வது தீண்டாமையின் வடிவமாக ஆதிக்க சாதியினருக்கு தோன்றியதால் அவர்கள் அதை விட்டு வைத்தனர். அக்காய்கறிகளை மட்டும் சேரிமக்கள் உண்டு வாழ்ந்த நிலை இருந்துள்ளது.

பண்ணை அடிமைகளாக உள்ள பறையனுக்கும், பள்ளனுக்கும் விளைச்சலில் 20 பங்கில் கால்பங்கு மட்டுமே வழங்கபட்டு வந்திருக்கின்றது. நிலத்தோடும், உழைப்போடும் நேரடி தொடர்பில் இருந்த தாழ்த்தப்பட்ட சாதியினருக்கு மிக மிக குறைந்த பங்கே கூலியாக வழங்கப்பட்டிருக்கின்றது.

1595 முதல் 1795 வரையிலான 200 ஆண்டுகளில் 25 முறை பெரும் பஞ்சங்கள் தமிழக நிலப்பரப்பில் ஏற்பட்டுள்ளன. இந்த பஞ்சங்களினால் பெருமளவு பாதிக்கப்பட்டவர்கள் பண்ணை அடிமைகளாக இருந்த தாழ்த்தப்பட்ட மக்களே. பண்ணை அடிமையிலிருந்து வெளியேறி வேறு தொழில்களில் ஈடுபட்டாலும் அரசர்களது படைகொண்டு அவர்களை அடக்கி மீண்டும் பழைய முறைப்படி பண்ணை அடிமையாக்கப்பட்டனர்.

ஆங்கிலேயர்களின் காலத்தில் தீண்டப்படாதவர்களின் நிலை

ஆங்கிலேயரின் ஆட்சிக்காலத்தில் நிலவுடைமையின் வடிவம் சற்று மாற்றம் பெற்றாலும், தாழ்த்தப்பட்ட மக்களின் நிலை மட்டும் மாறாமல் தொடர்ந்தது. ஆங்கிலேயே அரசு 1841—ஆம் ஆண்டு வெளியிட்ட சட்ட ஆணைக்குழுவின் அறிக்கையின்படி மதுரை மாவட்டத்தில் 18 விழுக்காட்டினரும், நெல்லை மாவட்டத்தில் 38 விழுக்காட்டினரும், தஞ்சை மாவட்டத்தில் பல்லாயிரக்கணக்கான தாழ்த்தப்பட்ட மக்களும் பண்ணை அடிமைகளாக இருந்ததை அறியமுடிகிறது.

ஆங்கிலேயர் ஆட்சியில் பண்ணை அடிமைகள் தாங்கள் விரும்பும் எசமானரிடம் அடிமையாக இருக்கும் வகையில் சில சட்ட திருத்தங்களுடன், பண்ணையாள், படியாள் என்ற பெயர்களில் பண்ணை அடிமைகள் அழைக்கப்பட்டனர். ஆயினும் வறுமை நிலை தொடர்ந்து கொண்டு இருந்தது. 1819—ல்

நெல்லையில் ஒருவன் தன்னை ரூ. 32 க்கு ஒரு மிராசுதாரரிடம் விற்றுக் கொண்டதையும், தென்னார்காடு மாவட்டத்தில் ஒரு குடும்பம் முழுவதுமே தங்களை ரூ35—க்கு விற்றுக் கொண்டதையும் அறிஞர் மூர்லேண்ட் பதிவு செய்திருக்கின்றார். 1888—ல் லீ வார்னர் என்னும் செங்கல்பட்டு மாவட்ட ஆட்சித்தலைவரின் அறிக்கையொன்றில் 'தொழிலாளர்கள் (பறையர்கள்) மிக கொடிய இடத்தில் அடைத்து வைக்கப்பட்டுள்ளார்கள். அக்குடிசைகளில் திரும்புவதற்கு கூட இடம் இராது. தங்கள் எசமானர்களைத் திருப்திப்படுத்த தவறினால் அந்த இடத்திலிருந்து ஒட்டு மொத்தமாக வெறியேற்றப்படுவார்கள்' என்றும் தொடர்ந்து 1889—ல் இவர்களில் பெரும் பகுதியினர் ஒரு வேலை உணவுக்கே வழியில்லாமல் திண்டாடுகிறார்கள். உடுத்துவதற்கு சரியான உடையில்லை. குடியிருப்பு வசதியோ மிக மோசமாக உள்ளது. வாழ்வதற்கு தேவையான உணவாக மருத்துவர்களால் ஏற்றுக் கொள்ளப்படும் உணவின் அளவுக்கு மிகக் குறைவான சத்து குறைந்த உணவை உட்கொண்டே மன நிறைவடைந்திட நிர்பந்திக்கப்படுகிறார்கள்' என குறிப்பிடுகிறது.

1889ல் துணை ஆட்சித் தலைவர் ஒருவர் அளித்த அறிக்கையிலும் 'உழைக்கும் வர்க்கத்தைச் சேர்ந்தவர்கள் ஈட்டும் ஊதியம் அவர்களுக்குத் தேவையான உணவுப் பொருட்களை வாங்குவதற்குக் கூட போதுமானதன்று. அவர்கள் குடிசைகளில் கூட்டம் கூட்டமாக வாழுமாறு கட்டாயப்படுத்துகின்றார்கள். வாடகையின்றியே அக்குடிசைகளில் அவர்கள் தங்கலாம் என்று அரசு எண்ணிலாலும் கூட பலமுறை அவர்கள் வாடகைப் பணம் செலுத்தக் கட்டாயப்படுத்தப்படுகிறார்கள். மிராசுதார்களின் உத்தரவின் பேரில் இம்மக்கள் மிகக்குறைந்த ஊதியத்திற்கோ அல்லது எந்தவித ஊதியமின்றியோ தங்கள் உழைப்பைத் தரக் கட்டாயப்படுத்தப்படுகிறார்கள்.

வெள்ளையர்களின் ஆட்சிக் காலத்திலும் தாழ்த்தப்பட்ட மக்கள் பண்ணை அடிமைகளாகத்தான் தங்களது வாழ்வை தொடர்ந்திருக்கின்றார்கள். அந்த ஆட்சியில் தாழ்த்தப்பட்ட மக்களுக்கு கிடைத்த ஒரே சலுகை, ஒரு பண்ணை அடிமைக்கு தனது எசமானனை தானே தேர்வு செய்யும் உரிமை மட்டுமே. மற்றபடி அவர்களும் நிலவுடமையாளர்களின் நலனை பற்றி மட்டுமே அக்கறை கொண்டிருந்தனர்.

அவர்கள் இங்கிலாந்து நாட்டிற்கு இங்குள்ள மக்களின் சமூக, அரசியல், பொருளாதார, பண்பாட்டு விவரங்களை மாதந்தோறும் அறிக்கையாக அளித்துக் கொண்டிருந்ததை தான் இன்று நாம் வரலாறாக படித்துக் கொண்டிருக்கின்றோம். அந்த

அறிக்கையிலிருந்து தாழ்த்தப்பட்ட மக்களின் வாழ்வியலை துல்லியமாக அறிந்து கொள்ள இயலுகின்றது.

சுதந்திரத்திற்குப் பின் தாழ்த்தப்பட்டவர்களின் நிலை

சுதந்திரம் அடைந்த பின் நாட்டில் ஏற்பட்ட மாற்றங்கள் பலவாக இருந்தாலும், தலித்துகளின் வாழ்க்கை நிலையில் எந்த வகையான மாற்றங்களும் நிகழவில்லை. 1991 —ஆம் ஆண்டின் மக்கள் தொகை கணக்கெடுப்பின்படி மொத்த மக்கள் தொகையில் 19.18 விழுக்காடும், தேசிய மக்கள் தொகையில் தலித்துகளின் சராசரி 16.48 விழுக்காடாக தாழ்த்தப்பட்ட மக்கள் உள்ளனர். அதிகமான தலித் மக்கள் வாழும் மாநிலங்களுள் தமிழகம் முதலிடத்தில் உள்ளது. அடுத்ததாக பஞ்சாப் (28.31) இமாச்சல பிரதேசம் (25.34) மேற்கு வங்காளத்திலும் (26.32) கணிசமான அளவில் தாழ்த்தப்பட்ட மக்கள் வாழ்ந்து வருகின்றனர். இன்றும் 80 விழுக்காட்டிற்கு அதிகமான தலித் மக்கள் கிராமங்களிலேயே வாழ்ந்து வருகின்றனர்.

வேதகாலத்தில் அவர்னாஸ், அதற்குப் பின் பஞ்சமன், தீண்டத்தகாதவன், சேரி மக்கள், பண்ணை அடிமைகள், பண்ணையாள், ஆதி திராவிடர், தலித், நிலமற்ற விவசாய கூலிகள், தற்போது அமைப்பு சாரா தொழிலாளர்கள் என பெயர்கள் மட்டுமே மாறி மாறி வந்திருக்கின்றதே தவிர அவர்களுடைய வாழ்க்கைத் தரத்தில் எந்த மாற்றமும் நிகழவில்லை. தொண்டுழியம் செய்யும் பணி, செத்த மாட்டை தூக்கும் இழிதொழில், பிணத்துடன் தொடர்புடைய வாழ்க்கை முறை போன்ற இழிதொழில்களே கடந்த இரண்டாயிரம் ஆண்டு கால தாழ்த்தப்பட்ட மக்கள் வாழ்வில் சிறு சிறு மாற்றங்களுடன் தொடர்கிறது என்பதே வேதனையான உண்மை.

தற்போது 21.3 விழுக்காட்டு தலித் மக்கள் நகர்புறங்களில் அமைப்பு சாரா தொழில்களில் ஈடுபட்டு வாழ்ந்து வருகின்றனர். சுதந்திரம் அடைந்த பின் நில உச்சவரம்பு சட்டம் அமலில் வந்த பிறகும், தலித்துகளுக்கான நிலம் பகிர்ந்தளிக்கப்படாமல் உள்ள நிலையில் தமிழகத்தில் உள்ள சிறு மற்றும் குறு, நடுத்தர நிலமுடையவர்களாக 11.3 விழுக்காட்டு தலித் மக்கள் மட்டுமே உள்ளனர். தமிழக நிலப்பரப்பில் 7.1 விழுக்காடு நிலம் தலித்துகளுக்கு சொந்தமாக உள்ளது. 40 விழுக்காடு தலித் மக்கள் கல்வியறிவு பெற்றுள்ளனர். இவற்றில் பள்ளி இடை நிற்கும் தலித் மாணவர்களின் எண்ணிக்கை அதிகமாக உள்ளது. தலித்துகளின் இறப்பு விகிதமும், தலித் பெண்களின் பேறுகால இறப்பு விகிதம் 80 விழுக்காடாக இருப்பதற்கு ஊட்டச்சத்து குறைபாடே காரணம் என கண்டறியபட்டுள்ளது.

தலித் மக்களின் கல்வி விகிதம் 39.47 விழுக்காடு. இது 1971 — ஆம் ஆண்டு மக்கள் தொகை கணக்கெடுப்பின் போது மற்ற சாதியினரின் கல்வி விகிதமாக இருந்த ஒன்று. கல்வியைப் பொறுத்த வரை நாம் மிகவும் பின் தங்கி இருக்கின்றோம். தலித் பெண்களின் கல்வி விகிதம் 30 விழுக்காட்டிற்கும் குறைவாகவே உள்ளது. பிற சாதிப் பெண்களின் கல்வி விகிதம் 50 விழுக்காட்டிற்கும் மேலாக உள்ளது. பள்ளி இடை நிற்கும் விகிதம் தலித்துகளிடம் அதிகமாக உள்ளது.

அடிப்படை வசதிகளைப் பொறுத்த வரையிலும் தலித்து களுக்கான குடிதண்ணீர் வசதி 70.85 விழுக்காடும், மற்றவர்களுக்கு 66.81 விழுக்காடாக உள்ளது. மின்சார வசதி தலித்துகளுக்கு 30.91 விழுக்காடாகவும், மற்றவர்களுக்கு 61.31 விழுக்காடாக உள்ளது. கழிப்பிட வசதி தலித்துகளுக்கு 09.84 விழுக்காடாகவும், மற்றவர்களுக்கு 29.76 விழுக்காடாகவும் உள்ளது.

தலித்துகளின் சராசரி மாத வருமானம், கிராமப்புறத்தில் உள்ளவர்களுக்கு 87.83 ரூபாயும், அதுவே நகர்ப்புறத்தில் 113.50 ரூபாயாக உள்ளது. அதுவே பிறசாதியினருக்கு கிராமப்புறத்தில் சாராசரி மாத வருமானம் 119.94 ரூபாயும். நகர்ப்புறத்தில் உள்ளவர்களுக்கு 170.30 ரூபாயாக உள்ளது.

பொருளாதாரத்தில் மீண்டெழுந்த விளிம்பு நிலை சமூகங்கள் — ஓர் பார்வை

இந்து மத கட்டமைப்பில் பறையர், பள்ளர்கள், அருந்ததியர்கள், வண்ணார்கள் போன்ற சமூகத்தவர்களைத் தொட்டால் தீட்டு என்ற கற்பிதத்தால், இவர்கள் துன்புறுத்தப்பட்டார்கள் என்றால், சானார்கள் என்னும் மரமேறித் தொழில் புரிவோரை பார்த்தாலே தீட்டு என அவர்களது நடமாட்டத்தை கூட ஒதுக்கி வைத்திருந்தது இந்து மதம், இன்னும் ஈழவ சாதி மக்கள் சுவாசித்த காற்று தம்மீது பட்டாலே தீட்டு என்ற கற்பிதத்தில் அவர்களையும் விலக்கி வைத்திருந்தது.

ஆனால் இந்த இரண்டு சமூகமும் தங்களுக்கான மாற்றத்தை தாங்களேதான் செய்ய இயலும் என்பதை உணர்ந்து நம்பிக்கையோடு உழைத்து, இன்று பொருளாதாரத்தில் வளர்ந்துள்ளனர்.

ஈழவ சமுகம்

• அனைத்து மக்களும் முனைந்து கல்வி கற்று முன்னேற்றம் கண்டுள்ளனர். குறிப்பாக பெண்கள் கல்வி நிலையில் உயர்ந்துள்ளனர்.

• ஈழவ சாதியை தாழ்த்தப்பட்டோர் பட்டியலில் சேர்க்கக்

கூடாது எனப் போராடி பிற சாதியினர் பட்டியலில் சேர்ந்து கொண்டனர்.

• அவர்களுக்குள்ளேயே எல்லா உறவுகளையும் வைத்துக் கொண்டனர்.

• நமக்கு நாமே என்னும் விதியின்படி தங்களுக்குத் தேவையான அனைத்தையும், அவர்களே தீர்மானித்து செயல்படுத்தினர்.

• நமது சக்தியை வளர்ச்சிக்கு மட்டுமே பயன்படுத்துவோம் என்று செயல்பட்டனர்.

• இச்சமூகத்தின் வளர்ச்சிக்கு நாராயணகுருவின் பங்களிப்பு முக்கியமானதாகும்.

•தங்களின் பாரம்பரிய தொழிலை கைவிட்டு அனைத்துத் தொழில்களிலும் தங்களை ஆர்வத்துடன் ஈடுபடுத்திக் கொண்டனர். பிறகு அந்த தொழிலையே சொந்தமாக செய்யத் தொடங்கினர்.

சானார் சமூகம்

• சானார்களும் நாடார் என்னும் பொதுச் சாதியில் தங்களை இணைத்துக் கொண்டு தங்களை தாழ்த்தப்பட்டவர்கள் பட்டியலில் சேர்க்க மறுத்தனர்

• தங்களின் பாரம்பரிய தொழிலான மரமேறுதலை விட்டு விட்டு கிடைத்த அனைத்துத் தொழில்களையும் செய்து அதில் வளர்ச்சியடைந்தனர்.

• தங்களுக்கு என்று சொந்தமாக நிறுவனங்களையும், கோயில்களையும் உருவாக்கி கொண்டனர்.

• தங்களின் உயர்வுக்கு கல்வியை கருவியாக்கி கொண்டு முனைந்து முன்னேறுகின்றனர்.

• தனி நபராக முன்னேற முனையாமல் ஒட்டுமொத்த சாதியையும் முன்னேற்றினர்.

இன்று நாடார் சமூகம் கிளை பரப்பியுள்ள துறைகள்

• 9 — நிதி நிறுவனங்கள்

• 1 — வங்கி

• 1 — விளையாட்டுப் பள்ளி

• 5 — உயர் கல்வி நிறுவனங்கள்

• 7 — மேல்நிலைப் பள்ளிகள்

• 33 — கல்லூரிகள்

• 4 — பல்தொழில நுட்பக் கல்லூரிகள்

• 2 — பல்கலைக் கழகங்கள்

தவிர, பல திருமண மண்டபங்கள், இதர தொழில்கள் என ஈடுபட்டுள்ளனர். கூட்டு உழைப்பு, இணைந்து பணியாற்றல், கல்வி போன்றவை தான் வளர்ச்சிக்கு அடிப்படை என்பதை உணர்ந்து செயல்படுகின்றனர். சமூக வளர்ச்சிக்கு எடுத்துக்காடாக விளங்குகிறார்கள்.

இந்த இரண்டு சமூகத்திடம் இருந்தும் இழிநிலைகளை படிநிலைகளாக கொண்டு பொருளாதாரத்தில் முனைந்து முன்னேற இயலும் என்ற படிப்பினையை கற்றுக் கொள்வது காலத்தின் கட்டாயமாகும்.

அரசு திட்டங்களும் அணுகு முறைகளும்

சங்க காலத்தில் போரில் வீரமரணம் எய்துவது என்பது மறவர்களின் பங்கு. பறையனின் பங்கு என்பது இறந்த மறவனின் ஈமச்சடங்கை நிறைவேற்றுவது. போரில் வெற்றி பெறும் மன்னன் நாட்டை சூறையாடுகின்றான், சூறையாடிய பொருள் பங்கிடப்படுகின்றது. இது மறவர்களைச் சேரும். ஆனால் மறவர்கள் பங்கிடப்பட்டதிலிருந்து பறையர்களுக்குத் தானம் கொடுக்க வேண்டும். பறையர்கள் தானம் பெறலாம், ஆனால் உரிமை கோரக்கூடாது.

சுதந்திரத்துக்கு முன்பும், பின்பும் தாழ்த்தப்பட்ட மக்களின் பெயர்கள்தான் மாறி வந்திருக்கின்றதே தவிர, அவர்களின் வாழ்க்கை நிலை மாறாமல் தொடர்கிறது. ஏனெனில் அவர்களின் வாழ்க்கை நிலை அவர்களின் பாரம்பரிய தொழிலோடு பிணைக்கப்பட்டுள்ளதால் அவற்றில் மாற்றம் காண முடிவதில்லை.

இழிவு என்பது, எங்கே கட்டமைக்கப்பட்டிருக்கின்றது என்பதை புரிந்து கொள்ள வேண்டும். அரசு பறையர்களுக்கு தானம் கொடுக்கின்றது. உரிமை கொடுக்கவில்லை. எல்லா நிலைகளிலும், திட்டங்களிலும் அரசின் போக்கு உனக்கு நான் தானம் கொடுக்கின்றேன். நீ பெற்றுக் கொண்டு போ, ஆனால் உரிமை கோர முடியாது என்ற ஆதிக்க சாதியின் மனோபாவத்திலேயே செயல்படுவதை, தாழ்த்தப்பட்ட மக்கள் புரிந்துகொள்ள வேண்டும்.

சிறப்பு உட்கூறு திட்டம் - ஓர் பார்வை

தாழ்த்தப்பட்ட மற்றும் பழங்குடியின மக்களின் மேம்பாட்டிற் கென மத்திய அரசும் மாநில அரசும் 1981 ஆம் ஆண்டிலிருந்து 'சிறப்பு உட்கூறு திட்டத்தை' நடைமுறைப் படுத்தி வருகின்றன. அதன்படி மாநில அரசு தாழ்த்தப்பட்ட மற்றும் பழங்குடியின மக்களின் மேம்பாட்டிற்கு என ஒரு தொகையை ஓதுக்கீடு செய்யும். அதற்கு ஈடான தொகையை மத்திய அரசும் வழங்கும்.

இந்த தொகையை பயன்படுத்தி தாழ்த்தப்பட்ட மற்றும் பழங்குடியின மக்களின் மேம்பாட்டிற்கான திட்டங்களை வகுத்து அம்மக்களை பொருளாதார வளர்ச்சியடையச் செய்வதே இந்த திட்டத்தின் நோக்கம். ஆனால் அரசும் அமைச்சர்களும், அதை முறையாக செய்வதில்லை. ஏனென்னறால் மாநில அரசு ஆண்டுதோறும் ஓதுக்கீடு செய்யும் இந்த தொகை மட்டும் ஆண்டுக்கு சுமார் 2500 கோடியாகும். இதற்கு ஈடாக மத்திய அரசும் 2500 கோடி ரூபாயை ஓதுக்கீடு செய்கின்றது. இவ்வாறு ஓதுக்கீடு செய்யப்படும் 5000 கோடி ருபாய் எங்கு செல்கின்றது என்பதே எவருக்கும் தெரிவதில்லை.

இன்றுவரை சிறப்புஉட்கூறு துணை நிதி திட்டத்திற்கு வரும் தொகையை பயன்படுத்தி தாழ்த்தப்பட்ட மற்றும் பழங்குடி மக்களுக்கென தனி நிதியறிக்கை தேவை என்று எந்த தேசிய கட்சிகளும் கோரிக்கை வைத்ததில்லை. மாநில கட்சிகளும் இதுகுறித்து யோசித்ததுக்கூட இல்லை. தாழ்த்தப்பட்ட மக்களுக்காக செயலாற்றுவதாக சொல்லிக் கொள்ளும் கட்சிகளும் கள்ள மௌனம் காக்கின்றனர். தனித்தொகுதிகளில் தாழ்த்தப்பட்டமக்களின் பிரதிநிதிகளாக வென்று சட்டசபைக்குச் செல்லும் 48 சட்டமன்ற உறுப்பினர்களும் இதுகுறித்து குரலெழுப்பியதும் இல்லை.

அரசின் மற்ற திட்டங்களுக்கும், ஆடம்பர விழாக்களுக்கும் இந்த தொகை மடைமாற்றப்படுகிறது. ஆனால் தாழ்த்தப்பட்ட மக்களுக்கு மட்டும் முழுமையாக செல்வதில்லை. தாழ்த்தப்பட்ட மக்களின் வாழ்க்கை நிலையானது நோயோடு போராடுவதும் ஊட்டச்சத்து குறைபாடு உள்ளதுமான நிலையில் உள்ளது. இத்தொகையை பயன்படுத்தி தாழ்த்தப்பட்ட மக்களுக்கான கல்வி நிறுவனங்கள், பல்கலைக் கழகங்கள், தொழிற் பயிற்சி நிறுவனங்கள், கிராமங்கள் தோறும் வங்கிகள் தொடங்கி தொழில்களுக்கான கடனுதவிகள் என எண்ணற்ற திட்டங்களை கொண்டுவரலாம். அரசின் மௌனத்தை புரிந்துக் கொள்ளமுடிகிறது. தாழ்த்தப்பட்ட இயக்கத் தலைவர்களின் மௌனத்தை புரிந்துக் கொள்ள இயலவில்லை. ஒரு தேசிய வங்கியினை ஆரம்பிக்க தேவைப்படும்

மூலதனம் வெறும் 300 கோடி ரூபாய் ஆகும். சிறப்பு உட்கூறு துணைத் திட்டத்தை பயன்படுத்தி ஆண்டுதோறும் 17 தேசிய வங்கிகளை தாழ்த்தப்பட்ட மக்களுக்காக துவங்கலாம்.

கிராமப்புற வங்கிகளை ஆரம்பிக்க 25 கோடி முதலீடு தேவைபடுகின்றது. சிறப்பு உட்கூறு துணைதிட்டத்தைப் பயன்படுத்தி ஆண்டுதோறும் 500 கிராமப்புற வங்கிகளை Regional Rural Banks ஆரம்பிக்க முடியும். இதன்மூலம் ஆண்டுதோறும் பல லட்சம் கிராமப்புற ஏழை, எளிய மக்கள் வாழ்க்கைத் தரத்தை மேம்படுத்தமுடியும்.

ஏழை எளியவர்களுக்கு கடன் உதவி தரும் நுண்நிதிநிறுவனம் ஆரம்பிக்க 5 கோடி முதலீடு தேவைப்படுகின்றது. அரசு சிறப்பு உட்கூறு துணைத்திட்டத்தை பயன்படுத்தி ஆண்டுதோறும் 1000 நுன்நிதி நிறுவனங்களை (Micro Finance Institutions) ஆரம்பித்து தாழ்த்தப்பட்ட மற்றும் பழங்குடியினருக்கு கடன் உதவி அளித்து அவர்களின் வாழ்க்கைத்தரத்தை உயர்த்தமுடியும்.

இவை தவிர சிறப்பு உட்கூறு துணைத் திட்டத்துக்கென தனி நிதிநிலை அறிக்கை (Budget) தயாரித்து அதன்படி செயலாற்றும் போது தாழ்த்தப்பட்ட மற்றும் பழங்குடியின மக்களுக்கென சிறப்பு திட்டங்களை செயல்படுத்த முடியும். இவ்வளவு சிறப்பு கூறுகளைக் கொண்ட திட்டத்திற்கு தலித் தலைவர்களும், சட்டமன்ற உறுப்பினர்களும் ஏன் குரல் கொடுப்பதில்லை...? தலைவர்களை நம்பி பயனில்லை என்பதை கடந்த கால வரலாறு சுட்டிக்காட்டியுள்ளது. வரலாறுகளில் இருந்து பாடம் கற்போம். தாழ்த்தப்பட்ட மக்களின் ஒன்றிணைந்த போராட்டங்களின் மூலமே, இவர்களின் குரல்களை ஒலிக்க வைக்க இயலும். எப்பொழுதும் ஒரு சமுக மக்கள் இறந்து முன்னேற முடியாது. மாறாக முனைந்து முன்னேற முடியும். அரசிடம் கையேந்துவதை விடுத்து, நம் கோரிக்கைகளுக்காகவும், உரிமைகளுக்காகவும் போராடுவோம். இல்லையெனில் எத்தனை நுற்றாண்டுகள் கடந்தாலும் பெயர்கள் மட்டும் மாறுமே ஒழிய, நம்மீது சுமத்தப்பட்டுள்ள இழிநிலை விலகாது.

தலித் கூட்டுறவு விற்பனை மையம்

இன்றுள்ள தாராள, தனியார் மயம் யாரையும் பணக்காரர்களாக விடாது. அவ்வாறு யாராவது பணக்காரர்களாக தம்மைக் காட்டிக் கொண்டால், அது நேர்மையான வழியில் வந்த பணமாக இருக்க இயலாது. அவ்வாறு திடீர்ப் பணக்காரர்களின் பணத்துக்குப் பின்னால் நிச்சயம் ஒரு குற்றம் அல்லது பல குற்றங்கள் மறைந்திருக்கும். அந்தப் பணத்தில் இரத்தக்கறை படிந்திருக்கும். இது யாரோ ஒரு அறிஞரின் பணம் குறித்த கருத்து.

அவரின் கூற்று தலித் சமூகத்துக்குப் பொருந்தும். தலித் சமுகத்தில் ஆணுக்கு நிகராக பெண்ணும், பெண்ணுக்கு நிகராக, ஆணும் சேர்ந்தே உழைக்கின்றனர். ஆயினும் பொருளாதார நிலையில் அவர்களால் முன்னேற்றம் காண இயலவில்லை.

இன்று கணவன், மனைவி இருவரும் சேர்ந்து உழைத்தாலும், சேமிக்க முடிவதில்லை. மிச்சம் பிடிக்க முடியாமல் பற்றாக்குறைக்கு ஆளாகி, கடன் வாங்க வேண்டிய சிக்கலில் பல குடும்பங்கள் உள்ளன. இந்நிலை பொருளாதாரத்தில் மிகப் பின்தங்கி உள்ள தலித் மக்களிடம் அதிகமாகவே காணப்படுகின்றது. இதை மாற்ற என்ன செய்யவேண்டும் என்று இம்மக்கள் அதிகமாகச் சிந்திக்க வேண்டும்.

இன்று நாம் செலவழிக்கும் பணம் ஏதேனும் ஒரு வகையில் பன்னாட்டு நிறுவனங்களிடம் சென்று சேர்கின்றது. அவர்கள்தான் நாம் அன்றாடம் பயன்படுத்தும் பொருட்களை உற்பத்தி செய்து பெரும் கடைகளில் விற்பனைக்கு அழகழகாய் அடுக்கி வைத்துள்ளனர். அவர்கள் உற்பத்தி செய்யும் பொருட்களை வாங்குவதால் அந்த பணம் அவர்களிடம் சென்று குவிகின்றது. அந்த பணம் மீண்டும் நம்மிடம் திரும்ப வராது. தாழ்த்தப்பட்ட மக்களின் பொருளாதார நிலை மாற, தாங்களே தொழில்களை கூட்டுறவு திட்டத்தின் அடிப்படையில் தொடங்கிட வேண்டும். இதை ஒரு உதாரண கணக்குடன் பார்ப்போம்,

திருவண்ணாமலை மாவட்டம், போளுர் வட்டம், கரிக்காத்தூர் கிராமத்தை உதாரணத்திற்கு எடுத்துக் கொள்வோம். இந்த கிராமத்தின் ஒட்டு மொத்த மக்கள் தொகை 2500, மொத்த வாக்குகள் 1500, மூன்று குக்கிராமங்கள் உள்ளன. அவற்றில் ஒன்று கரிக்காத்தூர் காலனி, இங்கு வசிக்கும் மொத்த மக்கள் தொகை 800, உள்ள வாக்குகள் 500, 18 வயதுக்கு மேறபட்டவர்கள்

வாக்களிக்க தகுதியுடைவர்கள் என்பதால் சம்பாதிக்கும் தகுதி பெற்றவர்கள். கரிக்காத்தூர் காலனியில் உள்ள சம்பாதிக்கும் திறன் படைத்த தலித்துகளின் எண்ணிக்கை 500, இவர்களில் 258 பேர் பெண்கள், 242 பேர் ஆண்கள், ஆண்களின் நாளொன்றின் சாராசரி வருமானம் ரூபாய் 150, பெண்களின் நாளொன்றின் சராசரி வருமானம் ரூபாய் 100. ஆக கரிக்காத்தூர் சேரியின் நாளொன்றின் சாராசரி வருமானம் என்பது

ஆண்கள் 242 × 150 = 36,300

பெண்கள் 258 × 100 = 25,800

மொத்தம் = 62,100 — கரிக்காத்தூர் சேரிமக்களின் ஒரு நாளைய சராசரி வருமானம் ரூபாய் 62,100 ஆகும். இதில் அவர்களின் உணவு, உடை மற்றும் வாழ்வாதார செலவினங்களுக்காக இந்த தொகையில் இருந்து செலவிடப்படும் தொகை 60 விழுக்காடு என்று வைத்துக் கொண்டால் அத்தொகை ரூ. 37,260. கரிக்காத்தூர் சேரியில் இருந்து நாளொன்றுக்கு சராசரியாக வெளியில் செல்லும் பணம் இது. இந்த பணம் எந்த வகையிலும் மீண்டும் நம்மை வந்து சேர்வது கிடையாது.

இவ்வாறு ஏழை, எளிய மக்கள் உழைத்து சம்பாதிக்கும் பணம் அவர்களின் கையை விட்டு செல்கிறது. இன்றைய நுகர்வு கலாச்சார சூழலில் எது நமக்கு தேவை, தேவையற்றவை என்பதை கூட நாம் தீர்மானிக்க இயலாத நிலையில் உள்ளதால், பன்னாட்டு பெரு வணிகர்கள், திட்டமிட்டு நாம் வாங்க வேண்டிய அனைத்து பொருட்களையும் நம்மீது திணித்து வருகின்றன. நம் பகுதியிலிருந்த நாளொன்றுக்கு வெளியில் செல்லும் பணத்தில் இருந்து நமக்கு லாபம் இல்லாவிட்டாலும் கூட பரவாயில்லை. நட்டமே கிடைக்கிறது.

இதை தவிர்க்க, கரிக்காத்தூர் சேரியில் உள்ள 300 குடும்பங் களில் இருந்து தலா ரூ. 1000 வசூலித்து 300வூ1000 = 3,00,000 ரூபாய் கொண்டு கரிக்காத்தூர் காலனியிலே அல்லது அந்த பகுதி மக்களுக்கு போக்குவரத்து மற்றும் நுகர்வுக்கு வசதியான ஒரு இடத்திலோ, கூட்டுறவு விற்பனை மையத்தை துவங்கி அதன் வழியாக அக்கிராம மக்களுத் தேவையான பொருட்களை வாங்குவதாக கணக்கிலெடுத்துக் கொண்டால், நாளொன்றுக்கு வெளியில் செல்லும் பணமான ரூ. 37,260. லிருந்து பத்து விழுக்காட்டுக் கழிவு தொகை விற்பனையாளருக்கு கிடைக்கின்றது என்று கணக்கிட்டாலும் நாளென்றுக்கு 3768 ரூபாய் கிராம பணம் நம்முடைய நுகர்விலிருந்து மீண்டும் கிராமத்திற்கே வந்து சேர்கிறது. மேலும் பொருட்களை விற்பனை

செய்யும் கடைகளுக்கு பன்னாட்டு நிறுவனங்கள் ஒரு ஐந்து விழுக்காடு ஊக்கத்தொகை வழங்குவதாகவும் அல்லது கழிவு வழங்குவதாகவும் கணக்கிலெடுத்துக் கொண்டால் 188 ரூபாயும் உபரியாக கிடைக்கும். ஆக 3768 +188 = 3957 ரூபாய் நாளொன்றுக்கு செலவினங்களில் இருந்தே கிராமத்தின் எளிய மனிதர்களால் சேமிக்க இயலும். இது கிராம மக்களின் உபரி வருமானமாக எடுத்துக் கொள்ள வேண்டும்.

இவ்வாறு கிராம மக்கள் செலவழிக்கும் பணத்திலிருந்து அவர்களுக்கே வருமானம் வரும் வகையில் கூட்டுறவு வணிக மையங்களை தமிழகத்தில் உள்ள சேரிகள் தோறும் எளிய மக்களுடன் அமர்ந்து பேசி முதலீட்டை பெற்று திறக்க வேண்டும். இன்று பெரும்பாலும் சேரிகளில் மற்ற சாதியினர் கடைகளை வைத்திருப்பார்கள். அதே பகுதியில் யாரேனும் ஒரு தலித் கடை வைத்திருந்தால், கடனுக்கு பொருளை வாங்குவதற்காக தலித் கடைக்கும், ரொக்கத்திற்க்கு பொருளை வாங்க மாற்று சமூகத்தவரின் கடைக்கு செல்லும் மனோபாவம்தான் சேரி மக்களிடம் உள்ளது. இதனால் சேரியில் கடை வைத்திருக்கும் தலித் பொருளாதார முடை ஏற்பட்டு தொடர்ந்து கடை நடத்த இயலாமல், கடையை கைவிட்டு, இடம் பெயர அச்சேரி மக்களே காரணமாகின்றனர்.

கிராம கூட்டுறவு வணிக மையத்திலும் சேரி மக்களுக்கு கடனுக்கு பொருளை தரலாம். அவருடைய முதலீடு அந்த கடையில் ஆயிரம் ரூபாய் உள்ளது. எனவே நாம் 80 விழுக்காடு வரை கடன் தரலாம். அவ்வாறு என்றால், ஒரு நபர் 800 ரூபாய் வரைக்கும் கடன் பெற்றுக் கொள்ளலாம். அதை அவர் திருப்பி செலுத்தினால், அடுத்த தவணைக்கு கடன் பெற்றுக் கொள்ளலாம். அவ்வாறு திருப்பி செலுத்தாத நிலை வந்தால் அந்த தொகை அவருடைய முதலீட்டு தொகைக்கு ஈடாக கொண்டு அவரை கிராம வணிக மைய பங்குதாரர் நிலையில் இருந்து நீக்கலாம்.

கிராம மக்களே சேர்ந்து கூட்டுறவு வணிக மையத்தை துவங்கி நடத்தும் போது, தாழ்த்தப்பட்ட சமூகத்தை சேர்ந்து படித்த நேர்மையான, திறமையானவருக்கு அதை நிர்வகிக்கும் பொறுப்பு போய் சேரும். கணக்கு வழக்குகள் முறையாக பராமரிக்கலாம், கிராம மக்கள் அனைவருமே வணிக மையத்தின் பங்குதாரராக இருப்பதால், பொறுப்புணர்வு அதிகரிக்கும். மேலும் ஒவ்வொரு சேரி மக்களுக்கு என்று 'வணிக கூட்டுறவு மையம்' என்னும் ஓர் நிறுவனம் சொந்தமானதாக இருக்கும். நிறுவனங்கள் சொந்தமாக இருக்கும் போது அது பொருளாதார முன்னேற்றத்தின் முதற்படியாக அமையும்.

உண்மையில் மக்கள் பணம் மக்களிடமே சுழல வேண்டும். அப்போதுதான் மக்களிடம் உள்ள வறுமை மாறுவதுடன், கல்வி கற்பதற்கான எண்ணம் தோன்றும். மாறாக மக்களின் பணம் அனைத்தும் ஒரே இடத்தில் குவியும் போது. தனிநபர் பணத்தில் குளிக்கலாம். ஆனால் ஒட்டு மொத்த சமூகம் ஏழை சமுகமாக இருக்கும். இதைத்தான் இன்றைய இந்திய பொருளாதார மேதைகளும், அரசியல் வாதிகளும் ஆட்சியாளர்களும் செய்கின்றனர். மக்கள் பொருளாதார மேம்பாடு அடைய முடியமல் தவிக்கின்றனர்.

இந்த நிலை தலித் சமுகத்துக்கு சற்று அதிகமாகவே உள்ளது. கிராம அளவில் தலித் மக்கள் உற்பத்தி செய்யும் காற்கறிகள், பழங்கள், தானியங்கள் போன்றவற்றை கூட தலித் கூட்டுறவு விற்பனை மையத்திலே விற்று தனக்கு வேண்டிய பொருட்களை அந்த விற்பனை மையத்திலிருந்தே பெற்றுக் கொள்ளலாம். இதன் வழியாக பொருளாதார மேம்பாடு அடைய எளிமையான வழி கிடைக்கும். இதை ஒரு பெரும் நிறுவனமாக வளர்தெடுக்க வேண்டிய பொறுப்பு அனைவரின் கைகளிலும் தங்கியுள்ளது.

உள்ளூர் விற்பனை விலை, சில்லறை விற்பனை விலைக்கே பொருளைக் கொடுத்தாலும், ஒவ்வொரு பொருள் விற்கும் போதும் கடைக்காரருக்கு ஒரு லாபம் உண்டு. அந்த லாபம் முழுவதும் அக்கடையை நடத்தும் மக்களைச் சென்றடைகிறது. ஆண்டு இறுதியிலோ அல்லது ஆண்டிற்கு இரு முறையோ கடையில் பொருட்களின் விற்பனை வழியாக கிடைத்த லாபத்தை மக்களுக்கு பகிர்ந்தளிக்க வேண்டும். இதுபோன்ற கூட்டுறவு விற்பனை மையத்தால் எளிய மக்களின் பணம் இவர்களிடமே உழன்று பலருக்கு வேலை வாய்ப்பையும், பொருளாதார மேம்பாட்டிற்கான கதவை திறக்கும் சாத்தியம் உண்டு. நமக்கான பொருளாதாரத்தை நாமே கட்டமைக்க இயலும்.

தமிழர்களின் இசை கருவியா பறை?

பறை என்னும் இசைக் கருவியை இசைப்பதால் பறையன் என்ற பெயர் வந்ததா? அல்லது பறையனாய் இருப்பதால் பறையை இசைக்கிறானா? இந்த கேள்வி சிறு வயதில் இருந்தே மனதில் ஆழமாக வேரூன்றியுள்ளது. விடையை தேடியலைகிறேன். அரசர்கள் வாழ்ந்த காலத்தில் தகவல் சொல்லுவதற்கு பறை பயன்பட்டிருக்கிறது. அப்போது அதற்கு முரசு என்ற பெயரும் இருந்திருக்கிறது. போர் குறித்த தகவல் பரிமாற்றத்திற்கு முரசு பயன்படுத்தப்பட்டிருக்கிறது.

ஊர் திருவிழாக்கள் மற்றும் சடங்குகள் போன்ற நிகழ்ச்சியில் பறை இசையின் சத்தம் ஒரு செய்தியின் அடிப்படையில் இருக்கும். பறை இசைக்கப்பட்டால் அங்கு ஓர் நிகழ்வு நடக்கிறது. நாம் அனைவரும் அங்கு செல்ல வேண்டும் என்ற புரிதலை உருவாக்குவதற்கு பறை பயன்பட்டிருக்கிறது. அண்மை காலத்தில் கூட அரசுகள், தங்களின் அறிவிப்பை செய்வதற்கு கிராமந்தோறும் தண்டோரா போடுவார்கள். அந்த தண்டோராவை வருவாய்த் துறையின் கடைநிலை தொழிலாளியாக உள்ள சிப்பந்தி போடுவார். பெரும்பாலான சிப்பந்திகள் தாழ்த்தப்பட்ட சாதியினராகவே இருப்பர். இந்த தொழில் செய்ய மற்ற சாதியினர் விரும்ப மாட்டார்கள் காரணம் அந்த தொழிலில் தண்டோரா என்னும் பறை இசை கருவியை இசைக்க வேண்டியிருக்கும். அரசு பணியில் ஒளிந்திருக்கும் சாதிய மனோபாவம் இது.

அரசரின் ஆணைகளை பரப்புவதால் கூட பறையன் என்ற சொல்லால் குறிக்கப்பட்டிருக்கலாம். ஆனால் அது பறை என்னும் தொழில் கருவின் நிமித்தமாக வந்த பெயராக கூட இருந்திருக்கலாம். பறை என்பது ஒரு தொழில் கருவி. அந்த தொழில் கருவி பிற்காலத்தில் சாதியத்தை கட்டமைக்கும் இழிவுக்கு பயன்படுத்தப்பட்டு இன்று இழிநிலை கருவியாக கட்டமைக்கப்பட்டிருக்கிறது. தமிழ்நாட்டின் புவியியல் அடிப்படையில் ஐந்து வகை நிலமாக பிரித்து அதற்கென ஒவ்வொன்றையும் வகைப்படுத்தி சொல்லும் போது அதில் பறை இசைக்கருவியும் வகைப்படுத்தப்பட்டிருக்கின்றது.

குறிஞ்சி நிலத்தில்,

1. தொண்டகச் சிறு பறை
2. சிறை பறை முரகியம்

முல்லை நிலத்தில்,

1. தடாரிப் பறை
2. ஆகோள் பறை

மருத நிலம்,

1. திணைப் பறை
2. வைகறைப் பறை

நெய்தல் நிலம்,

1. ஆரிப்பறை
2. சாப்பறை

பாலை நிலம்,

1. ஆரெறிப்பறை
2. சேக்கோள் பறை

போன்ற பறை இசைக் கருவிகள் பயன்படுத்தப்பட்டிருக்கிறது. இன்று இந்த பறை இசை கருவிகளில் பல வழக்கொழந்து போய் இருக்கலாம்.

தற்போது இசைக்கப்படும் பறை இசை கருவிகள்

1. சிறுபறை
2. கிடுகட்டி
3. சட்டிப்பறை
4. ஒரு புறப்பறை
5. இரு புறப்பறை
6. தமுக்கு
7. பெரும்பறை
8. முரசு

இவைகள் மட்டுமே பயன்படுத்தப்படுகின்றன.

பறையில் அடிக்கப்படும் அடி நிகழ்வுக்கு நிகழ்வு மாறுபடும் அவை

1. சாமி புறப்பாட்டு அடி
2. சப்பாத்து அடி

3. சாவு அடி

4. கோடி வாழ்த்து அடி

5. நக்கல் அடி

6. நையாண்டி அடி

7. உருட்டு அடி

என்ற வகையில் அடி வகைகளும் இருக்கின்றன.

இவற்றில் இருந்து பறையிசைக்கென்று ஒரு தனி வரலாறு உண்டு என்ற செய்தி எல்லோருக்கும் புரிந்தாலும், தோலிசை கருவிகளில் முதல் கருவி, மூத்த கருவி பறை என்று வகைப்படுத்தப்பட்டாலும், பறையன் இசைப்பதாலே இக்கருவிக்கு பறை என்று பெயர் வந்தது எனக் கருதி இழிவாகப் பார்க்கும் மனோபாவம் தான் இங்கு அதிகம். தவில், மிருதங்கம், உறுமி, பம்பை போன்ற தோல் இசைக் கருவிகளுக்கு கற்பிக்கப்படும் புணிதம் பறைக்கு கற்பிக்கப் படுவதில்லை. அரசும் சலுகைகள் வழங்குவதில்லை. சிறந்த மிருதங்கம் மற்றும் தவில் இசை கலைஞர்களுக்கு 'கலைமாமணி' பட்டம் வழங்கப்படுகிறது. உறுமி, பம்பை இசைக் கலைஞனுக்கும் அங்கீகாரம் இருக்கின்றது.

ஆனால் ஒரு பறை இசை கலைஞனுக்கு 'கலைமாமணி' பட்டமோ, பாராட்டோ, அங்கீகாரமோ சுதந்திரம் அடைந்து 60 ஆண்டுகள் ஆன அரசியல் சட்டத்தின் மூலம் சாதி ஒழிப்பை நிலைநாட்டிய அரசாங்கம் தரவில்லை. என்றேனும் பறை இசை கலைஞர்கள் இதற்காக போராடியிருப்பார்களா?

பறை இசை கலைஞர்களுக்காக தாழ்த்தப்பட்ட, முற்போக்கு, மாற்று அரசியல், சமூக இயக்கத்தின் தலைவர்கள் முன்னெடுத்து பேசி அல்லது போராடி இருப்பார்களாஞ்? ஏன் இதை செய்ய வில்லை?

பறை இசை தவிர்த்த மற்ற தோல் இசை கலைஞர்களுக்கு அரசாங்கம் நலிந்த கலைஞர்களுக்கான மாத ஊக்கத்தொகைத் தருகின்றது. ஆனால் பறை இசை கலைஞர்களுக்கு ஏன் தர மறுக்கின்றது. மற்ற கலைஞர்கள் தங்களின் இசை கருவியோடு பயணம் செய்தால் பயணச் சலுகை வழங்குகின்றது. ஏன் பறை இசை கருவியோடு கலைஞன் பயணம் செய்தால் அச்சலுகை வழங்கப்படுவதில்லை. பறை இசைக் குறித்தும், பறையர் சாதியைக் குறித்தும் பெருமை பேசுவோர் தமது சாதியின் இசை கருவிக்கு உரிய அங்கீகாரத்தை பெற்றுத் தர போராடுங்கள். அதை விடுத்து வீண் பெருமை பேசி, காலத்தை கழிக்க வேண்டாம்.

வணிகம் வசப்படாத தலித்துகள்

இந்தியா சுதந்திரம் அடைந்து 65 ஆண்டுகளுக்கு மேலாகியும் மண்ணின் மைந்தர்களான தலித்துகள், குறிப்பாக தமிழக தலித்துகளின் வறுமை நிலை அதிகமாக இருப்பதாக திட்ட குழுவின் ஆண்டறிக்கை தெரிவிக்கின்றது. தலித்துகளின் வறுமை நிலைக்கான காரணத்தை ஆய்வு செய்ய வேண்டிய தேவை இருக்கின்றது.

தலித்துகளின் மனோபாவம் பட்டுக்கோட்டையார் சொல்லும் "கஞ்சி கஞ்சி என்றால் பானை நிறையாது, சிந்தித்து முன்னேற வேண்டுமடி" என்னும் பாடல் வரிகளுக்கு ஒப்பவே இருக்கின்றது. இன்றைய நவீன உலகத்தில் அனைத்து மக்களுமே நுகர்வு காலாச்சாரத்திற்க்கும், வாழ்க்கை முறைக்கும் தள்ளப்பட்டு இருக்கின்றனர். அதிலும் தலித் மக்களிடம் நுகர்வு கலாச்சாரம் மிகவும் மேலோங்கி உள்ளது.

எப்பொழுதுமே தலித்துகளின் எண்ணம் "தனித்து உண்ப தாகவும், பொதுவில் மலம் கழிப்பதாகவுமே உள்ளது". தனக்கு மட்டும் எல்லாம் கிடைக்க வேண்டும், அவ்வாறு கிடைக்காத போது தனக்காக போராடுவதற்கு அனைவரும் அணி திரள வேண்டும் என்ற எண்ணத்தில் உள்ளனர். தனித்து செயல்படுவதென்றால் இமாலய சாதனைகளை செய்பவர்கள், குழு செயல்பாடு என்றால் அவர்களால் மற்றவர்களோடு சேர்ந்து செயல்பட சிரமம் உள்ளவர்களாவே இருக்கின்றனர். இவையெல்லாம் தலித் மக்களின் பொதுவான மனப்போக்காக இருக்கின்றது.

உண்மையில் ஒரு குழுவின் முன்னேற்றம், அல்லது ஒரு சமூகத்தின் முன்னேற்றம் என்பது அந்த குழுவில் உள்ள தனிநபரின் முன்னேற்றமல்ல, மாறாக அந்த குழுவில் உள்ள அனைவரின் முன்னேற்றம். அதைப்போலவே ஒரு சமூகத்தின் முன்னேற்றம் என்பது ஒரு சமூகத்தில் உள்ள அனைத்து மக்களின் முன்னேற்றத்தை மட்டுமே குறிக்குமே தவிர தனி நபர்களின் முன்னேற்றத்தை குறிக்காது. என்பதை தலித்துகள் புரிந்துகொள்ள வேண்டும்.

எனவே நாமக்கான முன்னேற்றம் என்பது நமது மக்கள் அனைவரின் முன்னேற்றம் மட்டுமே, மாறாக தனிநபர்களின் முன்னேற்றம் இல்லை. ஒரு சமூகத்தை உயர்த்த அந்த சமூகத்திலுள்ள அனைவருமே முனைந்து முயற்சிக்க வேண்டும், தனிநபர்களின் முயற்சியும் , முனைப்பும் அவர்களை மட்டுமே

முன்னேற்றும், சமூகத்தை அல்ல, சமூகத்தில் உள்ள தனிநபர்கள் குழுவாக இணைந்து முயற்சியும், முனைப்பும் காட்டும் போது குழுக்கள் முன்னேற்றம் அடையும், குழுக்களை சார்ந்து இருக்கும் சமூகம் முன்னேற்றம் கானும் இதுவரை உலகில் நடந்த சமூக முன்னேற்றங்கள் யாவுமே இப்படித்தான் நடந்திருக்கின்றது.

தலித்துகள் பொருளாதாரத்தில் முன்னேற மூன்று வகையான வழிமுறைகளை கைக்கொள்ள வேண்டும்.

1. பணிப் பரவலாக்கம், (Occupational Mobility)

2. கூட்டு செயல்பாடு (Community Activities)

3. நிறுவன மயமாக்கம்(Organization Building)

இந்த வழிமுறைகள் எதையும் பின்பற்றாமல் ஒரு சமூகத்தின் பொருளாதார வளர்ச்சி சாத்தியமாகுமா? என்பதை சுதந்திரத்துக்கு பின்னும் நம் வாழ்க்கை நிலை மாறாமல் இருப்பதை வைத்து நாம் புரிந்து கொள்ள வேண்டும். பொதுவாகவே தலித்துகள் கடுமையான உழைப்பாளிகள், ஆக்கபூர்வமான செயல்பாட்டாளர்கள், இன்றும் எல்லா தொழில்களிலும் கடைநிலை பணியாளர்களாகவோ, அல்லது இடைநிலை அலுவலகர்களாகவோ இருப்பார்கள். அந்த நிலையே தக்க வைத்துக் கொள்ளவே போராட்டத்தை சந்தித்துக் கொண்டிருப்பார்கள், அந்த நிலையிலிருந்து மாறுபட்டு முன்னேற்றம் காண விழைய மாட்டார்கள்.

பணிபரவலாக்கம் என்பது, ஒரு சமூக மக்கள் தங்களுக்கு தெரிந்து அல்லது தங்கள் செய்து கொண்டிருக்கும் தொழிலை மற்ற கிராமம் மற்றும் நகரத்துக்கும் விரிவுபடுத்துவது, அல்லது தன் சமூகத்து ஆட்களையே கொண்டு செய்ய வைப்பது, அவ்வாறு தங்கள் உருவாக்கும் தொழிலில், தன் மக்களையே முக்கிய நுகர்வோராக மாற்றுவது. உதாரணமாக, கிராமத்திலுள்ள தலித்துகளின் கடைகளில் தலித் மக்களையே பொருளை வாங்க வைப்பது, தலித்துகள் உருவாக்கும் நிறுவனத்தின் வழியாக தலித் மக்களுக்கு மிகச் சிறந்த சேவையை அளிப்பதாகும்.

உதாரணமாக மாட்டுகறி என்பது தலித்துகளின் குறிப்பாக பறையர்களின் வாழ்வோடு பிணைந்த ஒரு உணவு. அந்த உணவு தயாரிக்கும் தொழிலில் மாடு அறுத்தல், சமைத்தல், மற்றும் சமைத்தலில் உதவி, என அனைத்து நிலைகளிலும் அவர்களின் பங்கு இருந்தாலும், மாட்டுக்கறி உணவகங்களுக்கு உரிமை கொண்டாடுவதோ அல்லது அதை காலத்திற்க்கு ஏற்றார் போல் அதை சந்தை படுத்துவதில் அவர்களின் பங்கு எள் முனையளவும் இல்லை. அதை மாற்று சமூகமும், மத்தினரும் கைப்பற்றியுள்ளனர்.

தங்களின் பாரம்பரிய உணவான மாட்டுக்கறி உணவுக்கான உரிமை கோருவதும், அதை நவீன யுத்திகளில் வணிகமாக்குவதும், விற்பனையை அதிகரிக்கும் முயற்சியில் வெற்றி பெற வேண்டிய தேவையும் கட்டாயமும் தலித்துகளுக்கு இருக்கின்றது.

இதைப்போல ஒத்த தொழில்களை உருவாக்கி அதன்வழியாக தனக்கான பொருளாதார உயரத்திக்கொள்ள வேண்டிய தேவையும் இருக்கின்றது. எங்கெங்கெல்லாம் தலித் மக்கள் தங்களுக்கான சங்கங்களை கட்டமைக்கின்றார்களோ, அங்கெங்கெல்லாம் தலித்துகள் தங்களுக்கான பொருளாதார பினைப்பை உருவாக்கி வலுப்படுத்திக் கொள்ள வேண்டும்.

இன்று பெரும்பாலான நகரங்களில் டாக்டர் அம்பேத்கர் ஆட்டோ ஓட்டுனர்கள் சங்கம் இருக்கின்றது அது தேவையான நிகழ்வும் கூட ஆனால் 30 உறுப்பிணர்களைக் கொண்டு முதலில் ஆரம்பிக்கும் சங்கம் தொடர்ந்து, செயல்திட்டம் இல்லாததால் உடைந்து அல்லது உறுப்பிணர்களின் எண்ணிக்கை குறைந்து அந்தந்த நகரங்களில் பெயரளவுக்கு இருக்கும். அதற்கு மாற்றாக சங்கம் ஆரம்பித்ததும் அடுத்த செயல் திட்டமாக தங்களின் ஆட்டோக்களை பழுது பார்க்க ஒரு சேவை மையம் அனைத்து உறுப்பினர்களும் கொஞ்சம் முன் பணம் போட்டு, ஆரம்பித்து இருந்தால் அவர்களுடைய ஆட்டோவும் பராமரிப்பு செலவு இல்லாமலே பழுது பார்த்து கொள்ளலாம் மற்ற ஆட்டோக்களுக்கும் தரமான சேவையை கொடுத்து அதன் வழி பொருளியல் முன்னேற்றமும் ஒன்றுக்கு மேற்பட்ட வேலை வாய்ப்பும் அளிக்க முடியும்.

படித்து அரசு வேலைகளில் இருக்கும் தலித்துகள் பட்டியல் இன சாதியினரின் சங்கம் அமைத்து அரசியல் அமைப்பு சட்டத்தின் படி தங்களின் உரிமைக்கு குரல் கொடுக்கின்றனர் இருந்தும் அவர்களும் பொருளாதார கட்டமைப்பை தங்களுக்குள் ஏற்படுத்திக் கொள்ள தவறி விடுகின்றனர். அதனால் முதலில் வலிமை தோற்றம் காட்டி பின் நீர்த்துப் போகின்றது அனைத்து பட்டியல் இன சாதி சங்கங்களும்.

மாறாக அவர்களும் கூட்டு முதலீட்டு திட்டத்தின்படி தங்களுக்கும் தங்கள் குடும்பத்துக்கும் தேவையான பொருளை விற்பனை செய்யும் வகையில் விற்பனை சங்கத்தையும், கூட்டுறவு கடன் மற்றும் சிக்கன நாணய சங்கங்களையும் உபரியாக நடத்தி வந்திருந்தால் தலித் மக்களின் பணம் தலித்துகளின் கையில் சுழலும் வண்ணம் செய்யும் போது பொருளாதார முன்னேற்றம் சாத்தியமாகும்.

மற்ற சமூகங்களின் எழுச்சி பொருளாதார தளத்தில் அவர்களை வலுவடைய செய்கிறது அது அரசியல் தளத்திலும் அவர்களுக்கு கை கொடுத்து அதிகாரத்தை அவர்கள் வசம் தக்க வைத்துக் கொள்ள உதவுகின்றது. ஆனால் தலித்துகள் தங்களின் சமூக எழுச்சியை அரசியல் எழுச்சியாக மட்டுமே தக்க வைத்துக் கொள்ள முயலுவதால், வணிகமும் பொருளாதாரமும் வசப்படாமல் பொருளாதாரத்தில் உயர இயலாமல் போகின்றது.

இறுதியாக பொருளாதாரம் வசப்படாத மக்களுக்கு அரசியலும் வசப்படாது என்னும் உண்மையை இன்னும் தலித்துகளுக்கும், தலித் தலைவர்களுக்கும் உரக்க சொல்ல வேண்டியது காலத்தின் கட்டாயமாகின்றது.

அம்பேத்கர் திரைப்பட அரசியல்

இருபதாம் நூற்றாண்டின் மிகச்சிறந்த அறிவாளுமையாக உலகம் மதிக்கும் புரட்சியாளர் அம்பேத்கரை தமிழ்நாட்டில் தலித் சமூகம் எவ்வாறு கொண்டாடுகின்றது அல்லது மதிக்கின்றது என்று பார்த்தால் மிக வேதனைதான் மிஞ்சுகின்றது. அது மிகவும் அப்பட்டமாக வெளிப்பட்ட நிகழ்வு தேசிய திரைப்பட வளர்ச்சி கழகம் வெளியிட்ட டாக்டர் அம்பேத்கர் திரைப்படத்தின் வாயிலாக உலகிற்க்கு மிகத் தெளிவாக விளங்கிற்று.

தமிழ்நாட்டில் ஒரு கோடிக்கும் அதிகமான தலித் மக்கள் வாழ்கின்றனர். கட்சி பாகுபாடு இல்லாமல் அனைத்து தலித் மக்களும் ஒப்புக்கொள்ளகூடிய தலைவராகத்தான் புரட்சியாளர் அம்பேத்கர் இருக்கின்றார். புரட்சியாளரின் வாழ்வை காட்சி ஊடகங்கள் வாயிலாக இதுவரைக்கும் எந்த படமும் சொல்லவில்லை. அம்பேத்கர் திரைப்படம்தான், புரட்சியாளரின் வாழ்வை முதன் முதலில் முழு நீள திரைப்படத்தில் சொல்லிய முதல் செல்லுலாயிட் காவியம்.

அம்பேத்கர் திரைப்படம் தமிழ்நாட்டில் எந்த திரையரங்கிலும் இரண்டு நாட்களுக்கு மேல் திரையிடப்படவில்லை. எந்த மாவட்டத்திலும் தலித் மக்கள் தங்களின் தலைவரின் படத்தை திரையரங்குகளில் சென்று பார்க்க ஆர்வம் காட்டவில்லையே ஏன்? தமிழ் சமூகம் திரைப்படத்தை வெறும் பொழுது போக்காக பார்ப்பதில்லை, தனக்கான வாழ்வியலாகவே திரைப்படத்தை கருதுகின்றது. தனது நடை உடை பாவனை முதல் தன்னை ஆள்பவர் வரை அனைத்தையும் திரை ஊடகத்தை சார்ந்த விருப்பங்களாகவே இருக்க ஆசை கொள்பவர்கள் தமிழ் மக்கள், அதிலும் குறிப்பாக தலித் மக்கள்.

திரைப்பட ஊடகத்தை பயன்படுத்தியே திராவிட கட்சிகள் தம்மை வளர்த்துக் கொண்டன. ஆட்சியிலும் அமர்ந்தன, இன்றளவும் திராவிட கட்சிகளுக்கு திரைப்பட நடிகர் நடிகைகள் இல்லாமல் தேர்தலை சந்திக்க திராணியில்லை. இந்த சூழ்நிலையில், திராவிடப் பாணியிலான அரசியலைப் பின்பற்றி வரும் தலித் கட்சிகள் தனக்கான காட்சி ஊடகமாகவும், தன்னை நிலைப்படுத்திக் கொள்ளவும் அம்பேத்கர் திரைப்படத்தை ஒரு கருவியாக பயன்படுத்தியிருக்க வேண்டும். சேரிதோறும் அம்பேத்கர் திரைப்படத்தை தலித் அரசியல் கட்சிகள் திரையிட்டு, காங்கிரசும், திராவிட கட்சிகளும் தமக்கிழைத்த துரோகத்தை உணர செய்து சேரி மக்களை ஓர் அணியில் திரட்டும் கருவியாக

அம்பேத்கர் திரைப்படத்தை பயன்படுத்தியிருக்க வேண்டும். தலித் அரசியல் கட்சிகள் அதை செய்ய தவறிவிட்டன.

மாறாக தலித் இயக்கங்களும், தலித் அரசியல் கட்சிகளும் அம்பேத்கர் திரைப்படத்தை புறக்கணிக்கும் வேலையை தீவிரமாக செய்தன? எவ்வாறு என்றால் அந்த படத்தை வரவேற்காமல் அதை மிக எளிமையாக புறக்கணித்தன, அதற்க்கும் தங்களுக்கும் எந்த தொடர்பும் இல்லாதது போல் போக்கு காட்டினர். அனைத்து தலித் இயக்கங்களும் அரசியல் கட்சிகளும்.

தமிழ்நாட்டில் ஒடுக்கப்பட்ட மக்களின் உரிமைக்காகப் போராடுகின்ற கட்சிகள் என்று சொல்லிக் கொள்கின்றவர்கள். அம்பேத்கர் திரைப்பட வெளியீட்டுக்காக செய்த வேலை என்ன? இப்போது குறுந்தகடு வடிவில் கிடைக்கும் திரைப்படம், தேசிய திரைப்பட வளர்ச்சி கவுன்சில் திரைப்படமாக திரையரங்குகளில் வெளியிடும் போது 2 நாட்கள் கூட திரையரங்குகளில் ஓட விடாமல் செய்தவர்கள் யார்?

ஆனால் நடிகர்கள் படம் திரையிடும் போது 25 நாட்கள், 50 நாட்கள் படம் ஓட காரணமாக இருக்கும் தலித் சுவைஞர்கள் (ரசிகர்கள்) அம்பேத்கர் படம் ஓடும் திரையரங்குப் பக்கம் கூட எட்டிப்பார்க்க மறுத்தது ஏன்.? எத்தனை தலித் கட்சிகள் தங்கள் தொண்டர்களிடம் இந்தப் படம் குறித்துப் பேசியிருப்பார்கள்.?

உலகில் அதிக சிலைகள் கொண்ட தலைவனின் வாழ்க்கை திரைப்படமாக வெளியிடும் போது, முதன் முதலில் பார்க்க ஆர்வம் கொண்டது எத்தனை பேர். நடிகர்களின் கட்அவுட்டுக்கு பாலாபிசேகம் செய்யும் தலித் இளைஞர்கள் எத்தனை பேர் திரையரங்கில் அம்பேத்கருக்கு கட்அவுட் வைத்திருப்பர். திரைப்படம் பார்க்க வரும் சுவைஞர்களை வரவேற்று எத்தனை அரசியல் கட்சி, இயக்கம், பொறுப்பாளர்கள் சுவரொட்டி ஒட்டியிருந்தனர்.? விடை எனக்குத் தெரிந்து எதுவும் இல்லை. ஏன் என்பதுதான் எனது கேள்வி?

உணர்ந்து கொள்ளுங்கள் தலித் தலைவர்களே, இன்று அம்பேத்கர் திரைப்படத்துக்கு நிகழ்ந்த அத்தனையும் நாளை உங்களுக்கும் நடக்கும். உங்களின் செயல்பாடுகள் மறந்து போகும் அளவுக்குத்தான் நீங்கள் இன்றைய சமுகத்தின் இளைஞர்களுக்கு செய்தி சொல்லிக் கொண்டிருக்கின்றீர்கள்.

ஒரு உன்னத தலைவரின் பெருமை உங்கள் கட்சி தொண்டனுக்கே தெரியக்கூடாது என்னும் சுயநலம் உங்களை ஆட்டுவிக்கின்றது. இல்லை என்று சொல்லமுடியுமா. உங்களால். ஏன் அம்பேத்கரின் திரைப்படத்தை சேரிகள் தோறும் திரையிட்டு

காட்டி மக்களிடம் அவருடைய உழைப்பை, அவர் இந்த மக்களை நேசித்ததை, சுட்டிக்காட்டி வரலாறு மறந்து போன இந்த தலித் மக்களுக்கு வரலாற்றை அம்பேத்கரின் படத்தின் மூலமாக சொல்ல முடியவில்லை.?

குறுந்தகட்டை வாங்குவதற்க்குகூட எந்த தலித் அரசியல் கட்சிகளும் ஆர்வம் காட்டவில்லை என்பதுதான் மிகுந்த வேதனை. தலைவனை மறந்த எந்த சமுகமும், தலைநிமிர்ந்து வாழ்ந்தது இல்லை. வரலாறு சொல்லும் உண்மை இது. இன்று தலித் சமூகம் தலைவனை மறந்த சமுகமாகத்தான் வாழ்ந்து கொண்டிருக்கின்றது.

சேரி ரெண்டு பட்டால்

ஊர் ரெண்டு பட்டால் கூத்தாடிகளுக்கு கொண்டாட்டம் என்றொரு பழமொழி உண்டு. ஊரில் தன் பெருமையை காட்டிக் கொள்வதற்காக, இரண்டு குழுக்களும், அல்லது கோஷ்டிகளும் இரண்டு முறை ஊர் திருவிழாவினை நடத்துவார்கள். இரண்டு முறை கூழ் ஊற்றுவார்கள். இரண்டு முறை தெருகூத்து அல்லது நாடகம் நடத்துவார்கள். இதனால் இதையே வாழ்க்கையாக கொண்டிருக்கின்ற தெருக்கூத்து அல்லது நாடகக் கலைஞர்களுக்கு இருமுறை வாய்ப்புக் கிடைக்கும்.

அதைப்போலவே இன்று அரசியல் களத்திலும் தமிழகம் எங்கிலும் உள்ள சேரிகள் இரண்டு மூன்று என பல துண்டுகளாக பிளவுபட்டு கிடக்கிறது. வரலாற்றில் தமிழகத்தில் உள்ள அனைத்து சமூக இயக்கம் மற்றும் அரசியல் கட்சிகளின் வரலாற்றை எடுத்துக் கொண்டால், அனைத்திலும் தலித்துகளின் பங்களிப்பு மிகுதியாகவே இருந்திருக்கிறது.

1915ல் துவங்கப்பட்ட பார்ப்பனர் அல்லாதோர் இயக்கம் துவங்கி அதற்குப்பின் 1917— ல் துவங்கப்பட்ட நீதிக்கட்சி, வெள்ளையர்களால் துவங்கப்பட்ட காங்கிரஸ் கட்சி என்று சொல்லப்படுகின்ற பேராயக்கட்சி மற்றும் பொதுவுடமை கட்சி, திராவிட கட்சிகள் என அனைத்து கட்சிகளிலும், அரசியல் அதிகாரத்தில் தங்களுக்கும் பங்கு கிடைக்கும் என்ற நம்பிக்கையில் தங்களை இணைத்து பணிசெய்து கொண்டிருந்தனர், இன்றளவும் இருக்கின்றனர்.

ஆரம்ப காலத்தில் நீதி கட்சியில் படித்த தலித்துகள் தங்களை பெருமளவில் இணைத்துக் கொண்டு பங்காற்றியிருக்கின்றனர்... அதற்குப் பின் வந்த திராவிட இயக்கத்திலும் தலித்துகள் தங்களை பெருமளவில் இணைத்துக் கொண்டு களப்பணியாற்றினார்கள்.

பேராயக் கட்சிக்கு ஒரு காலத்தில் தமிழகத்தில் தீண்டத் தகாதவர்களின் கட்சி என்றே பெயர் இருந்திருக்கின்றது. காந்தி, நேரு, பட்டேல் போன்ற பார்பன, பனியா தலைவர்கள் சொல்லுக்கு செத்து மடிந்தது தலித்துகளாகவே இருந்திருக்கின்றனர். அவர்களுக்குப் பிறகு பொதுவுடைமை கட்சி வந்த போது, அதிலும் உயிர் நீத்தவர்களும், களப்பணி செய்து கடைசி வரை தொண்டனாக இருந்தவர்களும் தலித்துகள் தான். தலைவர்களாக பார்பனர்களும், பனியாக்களும் தங்களை நிலை நிறுத்திக் கொண்டு அக்கட்சிகளை நிறுவனமயமாக்கினர்.

திராவிட முன்னேற்ற கழகத்தின், சின்னமே (மறைந்த தலித் தலைவர் திரு. கோவிந்தசாமி அவர்களின் உதயசூரியன் பத்திரிகையின் முகப்பு) தலித்துகளின் சின்னம்தான். அந்த கட்சியிலும் ஆரம்ப காலங்களில் பெருமளவு தன்னை இணைத்துக் கொண்டு களப் பணியாற்றியவர்களும், பலியானவர்களும் தலித்துகள்தான். அதில் தலைவர்களாக தங்களை நிலை நிறுத்திக் கொண்டவர்கள் பிற்படுத்தப்பட்ட சாதியினர்.

அடுத்துவந்த அனைத்து இந்திய அண்ணா திராவிட முன்னேற்ற கழகத்தில் பெருவாரியாக இணைந்ததும், இருப்பதும் தலித்துகள்தான். ஆனால் அந்த கட்சிக்கு இப்போழுது தேவர்களின் கட்சி என்ற பெயரும் வந்து விட்டது.

மதிமுக வில் முதல் பலியானதும் தலித்துதான். ஆனால் அந்த கட்சியின் தலைவர் நாயுடு என்பது குறிப்பிடத்தக்கது. அவர் தமிழர்களின் நலன் குறித்து பேசுவார். ஆனால் தலித்துகளின் நலன் குறித்து எதுவும் பேசமாட்டார். தேமுதிக—வில் கூட முதல் பலி தலித்துதான். அவருடைய கட்சியில் உள்ள இளைஞர்கள் பெரும்பாலும் தலித்துகள்தான். ஆனால் அவருக்கு தலித்துகளின் பிரச்சனையே தெரியாது.

தலித்துகளைப் போலவே மற்ற சாதியினரும் அந்தந்த கட்சிகளில் பெருமளவில் தங்களை இணைத்துக் கொண்டு ஆரம்ப காலங்களில் செயல்பட்டவர்கள்தான். காலப்போக்கில் அவர்களிடம் இரண்டு விதமான மாற்றங்கள் நிகழ்ந்தது. அவர்களில் பெரும்பாலோனோர் ஏதேனும் ஒரு பதவியை பெற்றுக்கொண்டு தலைமைக்கு நெருக்கமானார்கள். பதவி கிடைக்காத நிலை அல்லது தங்களின் சாதிக்கு முக்கியத்துவம் இல்லை எனில் மற்ற கட்சிகளுக்கு மாறி, தங்கள் திட்டங்களை நிறைவேற்றிக் கொண்டார்கள்.

ஆனால் தலித்துகள் மட்டுமே தங்கள் கட்சி மற்றும் தலைவர் மீது கொண்ட விசுவாசத்திற்காக, அக்கட்சி தொடர்ந்து தங்கள் சமூகத்திற்கு அநீதி இழைத்தாலும், பலியிட்டாலும் அதே கட்சியில் தொடர்வது ஏன்? என்ற கேள்வியை எந்தவொரு தாழ்த்தப்பட்ட அரசியல் கட்சி தொண்டனும் கேட்டதில்லை. தலித் தலைவர்களும் கேட்கச் சொன்னது இல்லை. இவர்களுக்கு ஏன் தலித் கட்சிகள் மீது நம்பிக்கை வருவதில்லை. இன்று மற்ற கட்சிகளில் இருக்கும் தலித்துகள் தலித் கட்சிகளில் தங்களை இணைத்துக் கொண்டு செயல்பட்டாலே 45 சட்டமன்ற உறுப்பினர்களும் நமக்கானவர்களாக இருப்பார்கள். தலித் கட்சிகளுக்கு திரும்ப மறந்த தலித்துகளால் அவர்களுக்கும் அவர்களது சமூகத்துக்கும் என்ன பயன்...?

இந்த கேள்வியை தலித் சமூகத்தை பார்த்து தலித் கட்சிகளும், தலைமையும் முன்வைக்கும் அதே நேரத்தில், ஒரு சாதாரண தலித்தாக இருந்து மூன்று கேள்விகளை தலித் அரசியல் கட்சிகள் மற்றும் தலைமையிடம் வைக்க வேண்டிய தேவையுள்ளது.

இன்றைக்கு தேர்தலில் பெரும்பான்மை கவனத்தை ஈர்த்த தலித் அரசியல் கட்சிகளாக இருப்பவை

1. விடுதலைச் சிறுத்தைகள்

2. குடியரசு கட்சி (செ.கு. தமிழரசன்)

3. புரட்சி பாரதம்

4. சமூக சமத்துவப்படை

5. பகுஜன் சமாஜ் பார்ட்டி (தேசிய அங்கிகாரம் பெற்ற ஒரே தலித் கட்சி)

6. புதிய தமிழகம்

7. தமிழக மக்கள் முன்னேற்ற கழகம்

8. தேவேந்திர வேளாளர் கூட்டமைப்பு

ஆகிய பெரிய கட்சிகளுடன் உதிரிக்கு ஒன்றிரண்டு அரசியல் கட்சிகளையும் சேர்த்துக் கொள்ளலாம்.

இந்த பட்டியலில் சில கட்சிகள் விடுபட்டும் போயிருக்கலாம், தலித் அரசியல் கட்சிகளை பட்டியலிடுவதல்ல இக்கட்டுரையின் நோக்கம். தலித்துகளின் கனவான அரசியல் அதிகாரத்தை நோக்கி தலித் அரசியல் கட்சிகள் ஏன் நகர்வதில்லை என்பதும், இத்தனை கட்சிகள் இருந்தும், எந்தவொரு தலித் கட்சியும் மாநில அளவில் தேர்தல் ஆணையத்தின் அங்கீகாரத்தை பெற இயலவில்லை என்பதுதான்.

2011 — தேசிய மக்கள் தொகையின் கணக்கெடுப்பின்படி இந்திய அளவில் தலித் மக்களின் சராசரி 16 முதல் 19 விழுக்காடு வரை இருப்பதாகவும், தமிழகத்தில் மட்டுமே தேசிய சராசரியை விட அதிகமான அளவில் தலித் மக்களின் எண்ணிக்கை இருப்பதாகவும் சொல்கிறது. அவ்வாறு எனில் மற்ற பிற சாதி மக்களின் வாக்குகளை விட தலித்துகளின் வாக்கு அதிகமாக இருக்கிறது என்று தானே பொருள். இந்த பின்புலத்தில் ஏன் தலித் கட்சிகள் சிந்திப்பதில்லை,

பொதுவாக தேர்தலில் வெற்றி தோல்விகள் எதனடிப்படையில் நிகழ்கின்றது என்றால்,

1. அனுதாப அலை

2. ஆதரவு அலை

3. எதிர்ப்பு அலை

4. கூட்டணி பலம்

ஆகிய காரணங்கள் சொல்லப்பட்டாலும் கூட, தாழ்த்தப்பட்ட மக்களின் வாக்குகளை பிரிப்பதால் ஏற்படும் பலன்கள் சொல்லப்படாத காரணமாக உள்ளது. மக்கள் தொகையிலும், வாக்கு எண்ணிக்கையிலும் தனித்து அதிக எண்ணிக்கையில் தலித்துகள் உள்ளனர். அவர்களுடைய வாக்குகளை பிரிப்பதற்காக மாநில அளவில் உள்ள கட்சிகளும், தேசிய கட்சிகளும் ஏதேனும் ஒரு தலித் கட்சியினை தங்களின் கூட்டணியில் எப்போதும் வைத்துள்ளது குறிப்பிடத்தக்கது. அதனால் அக்கட்சிக்கு ஒரு கல்லில் இரண்டு மாங்காய் என்பது போல, தலித்துகளின் பெரும்பான்மை வாக்கு வங்கியை தன் பங்குக்கு கூறுபோடும் ஆதாயமும், தேர்தல் காலத்தில் கட்சி பணி செய்யவும், கூட்டமாய் 'வாழ்க, ஒழிக' கோஷமிடவும், கொடி நடவும் தலித்துகளை எடுபிடி ஏவலாளாக பயன்படுத்திக் கொள்ளும்.

அடிப்படையில் தமிழக அரசியலை புரிந்துக் கொள்ள வேண்டும் என்றால் மூன்று விதமாக புரிந்துக் கொள்ளலாம், தேசிய கட்சிகளின் அரசியல், திராவிட கட்சிகளில் அரசியல், மண்ணின் மைந்தர்களின் அல்லது தலித்துகளின் அரசியல்,

தேசிய கட்சிகளின் அரசியல் என்பது வல்லாண்மை அரசியல், இன்னும் எளிமையாய் சொல்வதென்றால், ஏகாதிபத்திய அரசியல், பெரு முதலாளிகளின் அரசியல். மாநில நலனோ, மக்களின் நலனோ அதில் முதன்மையாக இருப்பதில்லை. அவைகள் எப்பொழுதும் தேசத்தின் நலன் என்றே முழங்குவார்கள். தேசமென்பது வெறும் நிலப்பரப்பு மட்டுமா அதில் வாழும் மக்கள் இல்லையா, (வனங்கள் மற்றும கடல், மலை கிடையாதா? இவையெல்லாவற்றையும் பணமாக்கும் நோக்கோடு செயல்படுவார்கள்) இது அவர்களுக்கு புரியாது. புரிய வைக்கவும் இயலாது. திராவிட கட்சிகளின் அரசியல் என்பது வந்தேரிகளின் அரசியல் அல்லது வடுகர்களின் அரசியல். இன்னும் எளிமையாக சொல்வதென்றால் நிலவுடைமையாளர்கள் சிறு மற்றும் குறு முதலாளிகளின் அரசியல். மணல் அரசியல், மாபியா அரசியல். தலித் கட்சி என்பது நிலமற்ற வாழ்வாதாரம் ஏதுமற்ற உடலுழைப்பை மட்டுமே மூலதனமாக கொண்ட ஏழை எளிய மக்களின் அரசியல். இன்னும் தமிழகத்தில் 80 விழுக்காடு அளவிலான தலித்துகள் கிராமங்களில்தான் வாழ்ந்து

வருகின்றனர். தேசிய கட்சிகளின் அடையாளமாக அல்லது வாக்கு வங்கிகளாகப் பெருநகரங்களும், மாநகராட்சிகளும் உள்ளன. திராவிட கட்சிகளின் அடையாளமாக நகர்புறமும், சிறு நகரங்களும் உள்ளன. தலித் கட்சிகளின் அடையாளமாக கிராமப்புறங்கள் குறிப்பாக சேரிகள் மட்டுமே உள்ளன. இன்னும் எளிமையாக இதனை சொல்ல வேண்டும் என்றால், தேசிய கட்சிகளில் பணக்காரர்களும், திராவிட கட்சிகளில் நடுத்தர மக்களும், தலித் கட்சிகளில் ஒடுக்கப்பட்ட மக்கள் மட்டுமே இருக்க முடியும்.

இன்றைய நிலையில் தலித் தலைவர்கள், திராவிட கட்சிகளை தங்களின் முன்னோடியாக கொண்டு அவர்களைப் போலவே அரசியல் நடத்துகின்றனர், நிலவுடைமையாளர்களின் அரசியலை நிலவுடைமையாளர்கள் தான் நிகழ்த்த இயலும், நிலமற்றவர்களின் அரசியலை நிலமற்றவர்கள்தான் நிகழ்த்த இயலும், ஆனால் தலித் அரசியல் கட்சிகள் எல்லாமே ஏதோ ஒரு வகையில் நிலவுடைமையாளர்களின் அரசியலை நிலமற்றவர்களிடம் நிகழ்த்துகின்றனர். இந்த போக்கு தன் மக்களிடமிருந்து தங்களை அன்னியப்படுத்தும் போக்கு என்பது அவர்களுக்கு புரிவதில்லை. காரணம் பெருமுதலாளியிடம் எடுபிடி வேலைசெய்யும் ஏவலனும் தன்னை பெருமுதலாளியாகவே கருதிக்கொள்வான்.

மாநில அளவில் ஒரு அரசியல் கட்சிக்கு தேர்தல் ஆணையத்தின் அங்கீகாரம் வேண்டும் எனில், அக்கட்சி சட்டமன்றத்தில் தனது வேட்பாளராக 15 நபரை கொண்டிருக்க வேண்டும் பாராளுமன்றத்தில் 2 நபரை கொண்டிருக்க வேண்டும். வாக்கு சதவீதத்தில் மாநில அளவில் 6 விழுக்காடும், தேசிய அளவில் 2 விழுக்காடும் கொண்டிருக்க வேண்டும் என்பது தேர்தல் ஆணையத்தின் விதியாக உள்ளது. நாடு சுதந்திரம் பெற்று 67 ஆண்டுகள் நிறைவுற்றும் தமிழகத்தில் ஒரு தலித் கட்சியும் தேர்தல் ஆணையத்தின் மாநில அங்கீகாரத்தை ஏன் பெறவில்லை. தனக்கான நண்பனையும், எதிரியையும் அடையாளப்படுத்த இயலாத அரசியல் புரிதலற்ற தன்மைதான் தலித் அரசியல் தலைவர்களுக்கு உள்ளது. தாழ்த்தப்பட்ட மக்களை கருத்தியல்ரீதியாகவும், அரசியல்ரீதியாகவும் அணிதிரட்ட இயலாத நிலைக்கு, தலித் தலைவர்களின் புரிதலற்ற போக்கே அடிப்படை காரணமாக உள்ளதை மறுக்கவியலாது.

தேர்தல் களத்தில் தலித் கட்சிகளுக்கும், அமைப்புகளுக்கும், கூட்டணி கட்சிகள் எதுவும் தேர்தல் பணியாற்றாது. தலித்துகள் மட்டுமே தேர்தல் பணி செய்ய வேண்டும். அதே தலித்கள் மற்ற தொகுதிகளிலும் கூட்டணி கட்சிக்காக தேர்தல் பணி செய்ய

வேண்டும். தலித்துகளை வெற்றி பெற வைக்கக்கூடாது என்ற உள்ளடி அரசியலில் எதிர்க்கட்சிக்கு ஆதரவளித்து வெற்றி பெற வைப்பதும் நடக்கும். வெற்றி பெறுவதற்கே இவ்வளவு போராட்டம் என்றால் வெற்றி பெற்றால் கூட்டணி ஆட்சி என்பது எல்லாம் 'முடவன் கொம்புத்தேனுக்கு ஆசைப்பட்ட கதையாகத்தான்' அமையும்.

இவ்வாறு ஆண்டைகளிடம் அடிமைப்பட்டு தலித் கட்சிகள் கூட்டணி வைப்பதை விட மாற்று சேரி மக்களிடம் கூட்டணி வையுங்கள் தலித் அரசியல் கட்சி தலைவர்களே, உங்களுக்கு அதிகாரம் மட்டுமின்றி சுயமரியாதையும் கிடைக்கும்.

தற்போதுள்ள சட்டமன்ற தனி தொகுதிகள் 46 அவை,

1. பொன்னேரி — திருவள்ளூர்
2. பூந்தமல்லி — திருவள்ளூர்
3. திரு.வி.க. நகர். — சென்னை
4. எழும்பூர் — சென்னை
5. ஸ்ரீ பெரும்புத்தூர் — காஞ்சிபுரம்
6. மதுராந்தகம் — காஞ்சிபுரம்
7. செய்யூர் — காஞ்சிபுரம்
8. அரக்கோணம் — வேலூர்
9. கே.வி. குப்பம் — வேலூர்
10. குடியாத்தம் — வேலூர்
11. ஊத்தங்கரை — கிருஷ்ணகிரி
12. அரூர் — தர்மபுரி
13. செங்கம் — திருவண்ணாமலை
14. வந்தவாசி — திருவண்ணாமலை
15. திண்டிவனம் — விழுப்புரம்
16. வானூர் — விழுப்புரம்
17. கள்ளக்குறிச்சி — விழுப்புரம்
18. கெங்கவள்ளி — சேலம்
19. ஆத்தூர் — சேலம்

20. ஏற்காடு — சேலம் (பழங்குடி)

21. ராசிபுரம் — நாமக்கல்

22. சேந்தமங்களம் — நாமக்கல்

23. பவானிசாகர் — ஈரோடு

24. தாராபுரம் — ஈரோடு

25. அவினாசி — திருப்பூர்

26. கூடலூர் — நீலகிரி

27. வால்பாறை — கோயம்புத்தூர்

28. நிலக்கோட்டை — திண்டுக்கல்

29. கிருஷ்ணராயபுரம் — கருர்

30. துறையூர் — திருச்சி

31. பெரம்பலூர் — பெரம்பலூர்

32. திட்டக்குடி — கடலூர்

33. காட்டுமன்னார் கோயில் — கடலூர்

34. சீர்காழி — நாகப்பட்டினம்

35. கீழ்வேலூர் — நாகப்பட்டினம்

36. திருத்துறைப்பூண்டி — திருவாருர்

37. திருவிடைமருதூர் — தஞ்சாவூர்

38. கந்தர்வ கோட்டை — புதுக்கோட்டை

39. மானாமதுரை — சிவகங்கை

40. சோழவந்தான் — மதுரை

41. பெரியகுளம் — தேனி

42. ஸ்ரீ வில்லிபுத்தூர் — விருதுநகர்

43. பரமகுடி — இராமனாதபுரம்

44. ஒட்டபிடாரம் — தூத்துக்குடி

45. சங்கரன்கோவில் — திருநெல்வேலி

46. வாசுதேவநல்லூர் — திருநெல்வேலி

இந்த 46 தனித்தொகுதிகளில் தங்களுக்கென 15 தொகுதிகளில்

வெற்றி பெற்றால் மாநில அங்கீகாரம் கிடைத்துவிடும் தானே. இந்த தொகுதிகளில் ஒன்றிரண்டு தான் அல்லது அதிகபட்சமாக ஐந்து தொகுதிகள் தான் திராவிட கட்சிகள் அடிமை வேலைச் செய்ய விட்டுத் தரும். மாறாக பொது தொகுதியை தலித் கட்சிகளுக்கு ஒதுக்கி வெற்றி பெற வைக்கப் போகிறார்களா?

மேலே பட்டியல் இட்டுள்ள தலித் கட்சிகள் தானே தங்களுக்குள் ஒன்றையொன்று போட்டியாக கருதி இதே 46 தனித்தொகுதிகளிலும் தலித் மக்களிடம் தங்களுக்காக வாக்கு சேகரிப்பார்கள். (நிலவுமையாளர்களின் கட்சியில் இருந்து தேர்வு செய்யப்பட்ட தலித்துக்கு வாக்கு சேகரிப்பார்கள்) மாற்றாக தலித் அரசியல் கட்சிகள் தங்களுக்குள் கூட்டணி பேசி 46 தொகுதிகளையும் பகிர்ந்துக் கொண்டு ஒருவருக்கொருவர் போட்டியிடாமல் புரிந்துணர்வோடும் ஆதரவோடும் போட்டியிட்டால் அந்த தொகுதியில் உள்ள மொத்த தலித்துகளின் வாக்கும் சிதறாமல் பிற தலித் கட்சிகளின் ஆதரவோடு போட்டியிடுகின்ற வேட்பாளருக்குத்தானே கிடைக்கும். இதை ஏன் செய்வதில்லை? தமிழகத்தில் உள்ள தலித் கட்சிகளின் தலைமைகள் சொந்த சகோதரனோடு ஒத்துப்போவதை விட ஆண்டைகளின் அரசியல் கட்சி தலைவர்களிடம் விசுவாசம் காட்டுவது ஏன்ஞ்? பேசி தீர்க்க இயலாத பிரச்சனை ஏதேனும் உள்ளதா? சகோதர கட்சிகளிடம் தலித் தலைவர்களுக்கு என்ன சிக்கல்? பிற சாதியினரின் வாக்குகள் இருந்தால்தான் வெற்றி பெற இயலும் என்போருக்கு, தேசிய கட்சிகளும், மாநில கட்சிகளும் நிறுத்தும் தலித் வேட்பாளருக்கு பிற சாதியினரின் வாக்குகள் பிரிந்து விழுகிறது. ஆனால் தலித் கட்சிகளின் கூட்டணி சார்பாக போட்டியிடும் வேட்பாளருக்கு, தலித் வாக்குகள் பிரியாமல் விழுவதால் பெரும்பான்மை கிடைக்கும் அல்லது குறைந்தது ஆறு விழுக்காட்டிற்கும் அதிகமான வாக்குகள் கிடைக்கும் என்பது எளிய மக்களுக்கு புரிந்துள்ளபோதுஞ்! தலித் தலைவர்களுக்கு ஏன் புரிவதில்லை? யாருக்கான கள்ளமௌனம்?

தொகுதி சீரமைப்பு என்னும் பெயரில் தலித்துகளின் வாக்கு வங்கியை சிதைக்கும் விதமாக அரசு முடிவெடுத்து செயல்பட்டாலும், 500 வாக்குகள் ஒரு கிராமத்தில் உள்ளது என்றால் அவற்றில் 100 வாக்குகள் சேரி மக்களின் வாக்குகளாகத்தான் இன்னமும் இருக்கின்றது. சுமார் 400 வாக்குகளை மாநில கட்சிகள், தேசிய கட்சிகள், பிற சாதியை சேர்ந்த சுயேட்சை வேட்பாளர்கள் பிரிக்கும் போது சேரி மக்களின் 100 வாக்குகளை பிரிக்காமல் பெறும் தலித் கட்சிகளே வெற்றி பெற பெரு வாய்ப்பு உள்ளது என்பது ஏன் புரிவதில்லை?

மூன்றாவதாக இதுவரை தனித் தொகுதிகளில் நிறுத்தப்படும் நிலவுடைமையாளர்களின் கட்சி வேட்பாளர்கள் யாராவது தலித்து களுக்காக, கட்சியின் கட்டுப்பாட்டை மீறி சட்டமன்றத்திலோ, பொது வெளியிலே குரல் கொடுத்து இருக்கிறார்களாஞ்? அவர்களால் தலித்துகளுக்கு எள் முனையாவது நன்மை நிகழ்ந்துள்ளதாஞ்? இந்நிலையில் பொது கட்சிகளில் இருந்து தனித்தொகுதிகளில் வேட்பாளர்கள் நிறுத்துவதை சட்டத்தின் வழி நின்று தடைசெய்வதற்கு தலித் கட்சிகள் ஒன்றிணைந்தோ அல்லது தனித்தோ ஏன் போராடவில்லை? குறைந்தபட்சம் தனித் தொகுதிகளிலாவது தலித் கட்சிகள் மட்டும் போட்டியிட்டு தனக்கான பெரும்பான்மை, நிருபிக்கலாம் அல்லது திட்டங் களில் முன்னுரிமை பெற இயலும் அல்லவா? இதை ஏன் செய்வதில்லை?

கூட்டணி கூட்டணி என்று மீண்டும் மீண்டும் நிலவுடைமை யாளர்கள் மற்றும் திராவிட அரசியல் கட்சிகளை ஒட்டுண்ணி போல சார்ந்து இருப்பது ஏன்ஞ்? திராவிட கட்சிகளின் தலைமைக்கும், தலித் தலைவர்களுக்கும் உள்ள கள்ள உறவு என்ன? என்ற ஒடுக்கப்பட்ட மக்களின் கேள்விக்கு, என்ன பதிலை தரப்போகிறார்கள் தலித் தலைவர்கள்.

திராவிட கட்சிகள் அல்லது மாநில கட்சிகள் தலித் கட்சிகளுடன் கூட்டணி வைப்பது சேரிமக்களின் வாக்குகளை பிரிக்கும் சூழ்ச்சி யில்லையா? இன்னும் எத்தனை நாட்களுக்கு இந்த உண்மை தெரிந்தும் தெரியாதது போல இருக்கப்போகிறார்களோ! தலித் அரசியல் தலைவர்கள்!

‘இரவல் செருப்பை விட வெறுங்காலில் நடப்பது சுயமரியாதை மிகுந்தது’ என்று தமிழகத்தின் சேரிகளில் இருக்கும் ஏழைகளுக்கு புரிகிறது, தலித் தலைமைகளுக்கு எப்போது உறைக்குமோ?

இறுதியாக ஒன்று, ‘ஊர் ரெண்டு பட்டால் கூத்தாடிகளுக்கு கொண்டாட்டம்’ என்பார்கள். அதைப் போலவே சேரி ரெண்டு பட்டால் நிலவுடைமை அரசியல்வாதிகளுக்கு கொண்டாட்டமாக அமைகின்றது. இதை புரிந்துகொண்டு சேரிகளெல்லாம் ஒன்று பட்டு நிலமற்றவர்களுக்கு கொண்டாட்டம் நிகழ்வது வரும் சட்டமன்ற தேர்தலில் தலித் அரசியல் கட்சிகளின் தலைமையின் கைகளில்தான் உள்ளது. எளியவர்களின் உள்ளத்தை புரிந்து நடப்பார்களா தலித் தலைவர்கள்!

மக்கள் தொகை கணக்கெடுப்பு - 2011								
தமிழ்நாடு மாநிலம்								
மொத்த மக்கள் தொகையும் பட்டியல் இன மக்கள் தொகையும் ஒப்பீடு								
வ.எண்	மாவட்டம்	மொத்த மக்கள் தொகை			பட்டியல் இனத்தினர்			
		ஆண்	பெண்	மொத்தம்	ஆண்	பெண்	மொத்தம்	%
1	தமிழ்நாடு	36137975	36009055	72147030	7,204,687	7,233,758	14438445	20.01
2	திருவள்ளூர்	1876062	1852042	3728104	410,526	411,120	821646	22.04
3	சென்னை	2335844	2310888	4646732	389,001	390,666	779667	16.8
4	காஞ்சிபுரம்	2012958	1985294	3998252	474,264	473,817	948081	23.71
5	வேலூர்	1961688	1974643	3936331	424,668	435,544	860212	21.85
6	திருவண்ணாமலை	1235889	1228986	2464875	282,615	282,714	565329	22.94
7	விழுப்புரம்	1740819	1718054	3458873	510,869	504,847	1015716	29.37
8	சேலம்	1781571	1700485	3482056	294,062	286,450	580512	16.67
9	நாமக்கல்	869280	857321	1726601	173,973	171,419	345392	20.00
10	ஈரோடு	1129868	1121876	2251744	184,408	185,075	369483	16.41
11	நீலகிரி	360143	375251	735394	115,917	119,961	235878	32.08
12	திண்டுக்கல்	1080938	1078837	2159775	225,573	226,803	452376	20.95
13	கரூர்	528184	536309	1064493	108,809	112,576	221385	20.80
[illegible]	[illegible]	[illegible]	[illegible]	[illegible]	[illegible]	235,771	466561	17.14

16	அரியலூர்	374703	380191	754894	88,076	88,154	176230	23.34
17	கடலூர்	1311697	1294217	2605914	383,943	380,001	763944	29.32
18	நாகப்பட்டினம்	798127	818323	1616450	252,332	257,435	509767	31.54
19	திருவாரூர்	626693	637584	1264277	214,717	216,210	430927	34.08
20	தஞ்சாவூர்	1182416	1223474	2405890	225,859	229,203	455062	18.91
21	புதுக்கோட்டை	803188	815157	1618345	141,428	143,376	284804	17.60
22	சிவகங்கை	668672	670429	1339101	113,599	114,147	227746	17.01
23	மதுரை	1526475	1511777	3038252	205,098	203,878	408976	13.46
24	தேனி	625683	620216	1245899	129,900	128,300	258200	20.72
25	விருதுநகர்	967709	974579	1942288	198,704	201,127	399831	20.59
26	ராமநாதபுரம்	682658	670787	1353445	125,015	123,993	249008	18.40
27	தூத்துக்குடி	865021	885155	1750176	172,663	175,232	347895	19.88
28	திருநெல்வேலி	1520912	1556321	3077233	279,570	290,144	569714	18.51
29	கன்னியாகுமரி	926345	944029	1870374	36,817	37,432	74249	3.97
30	தர்மபுரி	774303	732540	1506843	124,706	120,686	245392	16.29
31	கிருஷ்ணகிரி	960232	919577	1879809	135,474	131,912	267386	14.22
32	கோயம்புத்தூர்	1729297	1728748	3458045	266,960	268,951	535911	15.50
33	திருப்பூர்	1246159	1232893	2479052	196,907	198,969	395876	15.97
	மொத்தம்	72,275,950	72,018,110	144294060	14,409,374	14,467,516	28876890	20.01

சேரிகளில் புத்த விகார்

இந்தியா சுதந்திரம் அடைந்து 70 ஆண்டுகளைக் கடந்த பின்னும் இந்திய நாட்டு மக்களுக்கு இன்னும் சமத்துவம் வந்து சேரவில்லை. இரண்டாயிரத்து ஐநூறு ஆண்டுகளுக்கு முன் மனு மையப்படுத்திய பிறப்பின் அடிப்படையிலான சாதிய மற்றும் குல பாகுபாடுகள் அப்படியே நீடித்து இந்திய சுதந்திரம் என்னும் வார்த்தையின் பொருள், சாதிய அடுக்கில் கடை நிலையில் உள்ளவர்களை போய்ச் சேராமல் இன்னும் அன்னியப் பட்டுத்தான் நின்று கொண்டிருக்கின்றது இன்று வரையிலும்.

இந்திய சுதந்திரம் என்பது இன்று வரையிலும், பார்பணர் களுக்கும், அவர்களின் ஆளுமையை ஏற்றுக் கொண்ட இடைநிலைச் சாதிகளின் அதிகார குவிப்பாகவே இருக்கின்றது. அவ்வாறு அரசியல் அதிகார குவிப்பை கொண்டவர்கள் தங்களின் அதிகார குவிப்பைத் சோதித்து கொள்வதற்காகவும், பாதுகாத்து கொள்ளவும், பட்டியல் இன மக்களின் மீது தாக்குதல் தொடுப்பதும், பெண்களை வன்புனர்வு செய்வதும், சேரிகளில் உள்ள குடிசைகளை தீயிட்டு கொளுத்துவதும், கைகளால் மலம் அள்ளச் செய்வதும், செத்த பிணத்தை தூக்கச் செய்வதும், தோட்டி வேலை செய்வதும், என இந்த இருபதாம் நூற்றாண்டிலும், மனித மாண்புகளுக்கு ஒவ்வாத வேலையை செய்ய கட்டாயப்படுத்தப்படுவதும் தொடர்ந்து கொண்டே யிருக்கின்றது.

அவ்வாறு அந்த வேலைகளை செய்ய பழக்கப்படுத்திக் கொண்டவர்களின் மீதும், பழக்கப்படுத்தாமல் பிறப்பின் அடிப்படையிலான சாதிய கட்டமைப்பை எதிர்த்து எழும் பட்டியல் இனத்தவர்கள் என இருவரின் மீதும் இந்து மத அரசியல் அதிகாரம் பாகுபாடில்லாமல் வன் கொடுமைகளை நிகழ்த்திக் கொண்டிருப்பதுவும் நடந்து கொண்டுதான் இருக்கின்றது இன்னும் இந்தியாவில்.

பொதுவாகவே, எந்த ஒரு செயலுக்கும் பின்புலமாக

• சமூக ஆதரவு

• அரசியல் ஆதரவு

• சமய ஆதரவு — ஆகிய மூன்று சக்திகளின் ஆதரவின் அடிப் படையில் அமையும்.

அந்த வகையில் பட்டியலின மக்களின் மீது நிகழ்த்தப்படும்

வன்கொடுமைகளுக்கு இந்த மூன்று வகையான பின்புலத்தின் ஆதரவும் மிக எளிதாகவே கை கோர்த்துக் கொள்கின்றன. குறிப்பாக, இந்து சமயத்தின் ஆதரவு மிக எளிதாக இடைநிலை சாதிகளுக்கும் பார்ப்பனர்களுக்கும் கிடைத்து விடுகின்றது, இதன் அடிப்படையிலேதான் அம்பேத்கரும்," சாதி இந்துக்களும் பார்ப்பணர்களும், நாவிலே இராமனையும், கையிலே கூர் வாளையும் வைத்திருப்பார்கள். யோகிகளைப் போன்று பேசுவார்கள், ஆனால் ஈவிரக்கமற்ற கொலைகாரர்களாக நடந்து கொள்வார்கள் என்றார்.

உலகம் முழுமைக்கும் உள்ள பொதுவான அரசியல் மற்றும் மத ஆதரவு என்பது, ஒரு வரையறையைக் கொண்டிருக்கின்றது, ஒரு நாணயத்தின் இரு பக்கங்களைப் போல சமயமும், அரசியலும் ஒன்றையொன்று பிரிக்க முடியாத அளவுக்கு இனைந்து செயல்பட்டு தாக்கத்தை உருவாக்க வல்லவை, அதே நேரத்தில் ஒன்றின் வளர்ச்சிக்கு ஒன்று எப்பொழுதும் துணையாய் நிற்கும்.

மதத்தை ஆதரிக்காத அரசியல் வெற்றியடையாது, அரசியலை ஆதரிக்காத சமயத்திற்கு அதிகாரம் கிடைக்காது என்பதுதான் அனைத்து மதம் மற்றும் அரசியலுக்கான அடிப்படை சட்டமாக இருக்கின்றது. எவ்வாறெனில் எந்த ஒரு அரசாங்கமாக இருந்தாலும் அது ஏதாவது ஒரு பெருவாரியான மக்கள் திரளைக் கொண்ட சமயத்தை ஆதரிக்க வேண்டும், அப்பொழுதுதான் அது வெற்றி பெற இயலும், அல்லது எந்த சமயமாக இருந்தாலும் அது ஒரு பெரும்பான்மை கூட்டத்தைக் கொண்ட அரசியலை ஆதரிக்க வேண்டும், இவ்வாறு ஒரு நாணயத்தின் இரு பக்கங்களைப் போல ஒன்றையொன்று தழுவியும் ஆதரித்துமே வளர்ந்து வந்திருக்கின்றன வரலாற்றில் இன்று வரையிலும்.

இன்னும் சற்று விரிவாகச் சொல்வதென்றால், தேசிய கட்சிகளின் அரசியல் என்பது, மதம், மடம், மற்றும் கோயில் இவைகளைச் சார்ந்து இருக்கும் எப்பொழுதும், மாநிலக் கட்சிகளின் அரசியல் என்பது, வழிபாட்டு முறைகள் (கோயில்களில் ஆடு, சேவல், மற்றும் உயிர்பலி தருதல்) மற்றும் வழிபாட்டு உரிமைகளைச் (அனைத்து சாதியினரும் அர்சகர் ஆவது, கோயில் உள்ள தெருவில் அக்கிரகாரத்தில் நடப்பது) சார்ந்து இருக்கும்,

மதத்தின் அடிப்படையில் அரசியலைப் பிரிப்பதாயின், திராவிடக் கட்சிகளின் அரசியல் என்பது, கோயில் நுழைவு உரிமையைக் கோருகின்ற அரசியலாகவே இருக்கின்றது, அவர்களின் நோக்கம் எப்பொழுதும் பார்ப்பணர்களின் இடத்தை பிற்படுத்தப்பட்ட சாதிகள் பங்கிட்டுக் கொள்வது, அதே நேரத்தில் பார்ப்பணர்களின் அதிகாரத்தையும் பங்கிட்டுக் கொள்வது,

இதை அவர்கள் எப்பொழுதும் தங்களுக்குள் சண்டையில்லாமல் சமாதானமாகவே செய்து கொள்கின்றனர்.

இவ்வாறு அவர்கள் போராடி பெறுகின்ற உரிமையை தங்களுக்குள் மட்டுமே பங்கிட்டுக் கொள்கின்றனரே ஒழிய, தங்களை விட கீழ்நிலையில் இருக்கும் பட்டியலின சமூகத்தோடு பங்கிட்டுக் கொள்வதும், அல்லது அவர்களையும் இணைத்துக் கொள்வதும் இல்லை, ஏனெனில், பார்ப்பணர்களுக்கு கீழ் தாங்கள் இருப்பதை எப்படி பெருமையாக கருதுகின்றனரோ, அதைப் போலவே, தங்களுக்கு கீழ் பட்டியலின சாதிகளும் இருப்பதைப் அம்மக்கள் பெருமையாக கருதவேண்டும் என நினைக்கின்றனர், அல்லது அவ்வாறு நினைக்க கட்டாயப்படுத்துகின்றனர். இத்தகைய கட்டாய சாதிய ஆதிக்கத்தை பட்டியலினத்தவர்கள் எதிர்க்கும் பொழுதுதான், சாதியக் கலவரங்கள் உருவாக்கப்படுகின்றது.

இன்றும் தமிழகத்தில் உள்ள ஒவ்வொரு சேரிகளிலும், குடிதண்ணீர் பிரச்சனை இருக்கின்றது. சுடுகாட்டு பதை ஆதிக்க சாதியினரின் ஆக்கிரமிப்பில் இருக்கின்றது, பல கிராமங்களில் சுடுகாடே ஆதிக்க சாதியினரின் ஆக்கிரமிப்பில் இருக்கின்றது, சேரிகளுக்கான பாதைகள் இல்லாமல் இருக்கின்றது, தெருவிளக்கு இல்லாமல் இருக்கின்றது, பஞ்சமி நிலங்கள் ஆக்கிரமிக்கப்பட்டு இருக்கின்றது, ஊராட்சி மன்றத் தலைவராக பட்டியலினத்தவர் இருந்தால் அவர் உட்காருவதற்கு கூட இருக்கை தராத ஊராட்சிகள் இருக்கின்றது, ஊர்பகுதியில் வாழ இயலாத மற்றும் வேலை செய்ய இயலாத சூழ்நிலைதான் இருக்கின்றது. இதைப் போல எத்தனையே வன்கொடுமைகளைச் சொல்லிக் கொண்டு போகலாம், ஆனால் கட்டுரையின் பொருள் மாறிவிடும் என்பதால் இத்துடன் இதை நிறுத்திக் கொள்கின்றேன். இத்தகைய வன்கொடுமைகளை உரிமையின்மையை எதிர்த்து பட்டியலினத்தவர் எவராவது குரல் கொடுத்தால் அதை சாதிய கலவரத்தை உருவாக்கி அழிக்கின்றனர்.

அவ்வாறு உருவாக்கப்படும் சாதிய கலவரங்களில் பட்டியலின மக்களின் வாழ்வாதரத்தை அழித்து, உயிர்பலி நிகழ்த்தி, குடிசைகளையும், வீடுகளையும் கொளுத்தி அம்மக்களை அனாதைகளாக்கும் பொழுது, அவர்களுக்கு ஆதரவு தருவதற்கு யாரும் இல்லை, தங்களின் ஆதிக்கத்தை ஏற்றுக் கொண்டவர்கள் மட்டும் வாழ இயலும் என்னும் மனோபாவத்தை பட்டியலின மக்களிடம் உருவாக்குவதற்காகவே சாதிய கலவரங்கள் உருவாக்கப்படுகின்றது. மேலும், அரசாங்கம் என்பதே, இடைநிலை சாதிகளின் கையில்தான் எப்பொழுதும் இருக்கின்றது, இத்தகைய சாதிய கலவரங்கள் நடக்கும் பொழுது, எல்லா அரசாங்கமும்,

சாதிய கலவரங்களுக்கு துணை போகின்ற ஒரு அமைப்பாகத்தான் இருக்கும் செயல்படும். அதற்கான அன்மைய உதாரணம், ஆணவக் கொலைகள்,

பொதுவாகவே, இடைநிலைச் சாதிகள் தாங்கள் அனுபவித்து வரும் பொதுச் சொத்துகள், மற்றும் அரசு, அரசியல் அதிகாரத்தில் பட்டியலின மக்களுக்கான பங்கேற்ப்பை விரும்பாதவர்களாக இருக்கும் பொழுது, காதல் திருமணத்தின் வழியாக, தங்களுடைய குடும்பத்திலும், குடும்பச் சொத்திலும் பங்கேற்பதை எப்படி விரும்புவார்கள் அல்லது ஏற்றுக் கொள்வார்கள், அதன் அடிப்படையிலேயே அரசாங்கத்தை தனது கைகளில் வைத்திருப்பவர்களால் இந்த ஆணவக் கொலைகள் தமிழகத்தில் தற்பொழுது முன்னின்று நடத்தப்படுகின்றது.

சாதியம், மதம் மற்றும் அரசியல் இந்த மூன்று கூட்டணியின் அனுகுமுறைகளின் வழியாகவே நாம் எதையும் ஆய்வு செய்ய வேண்டியுள்ளது. அதன் அடிப்படையில் பட்டியல் சாதியினரின் அரசியல் மற்றும் சமய அனுகுமுறையை அலச வேண்டியுள்ளது. பட்டியல் இனத்தவர்களின் அரசியல் மற்றும் சமயம் என்பது மதம் மற்றும் அரசியல் பினைப்பை உணராத நிலையிலேயே உள்ளதாகவேத்தெரிகின்றது.மேலும் அதுதான் சார்ந்தமக்களுக்கான தொலை நோக்கு கொண்ட இயக்கமாகவும் இயங்கவில்லை. உணர்வு அரசியலாகவும், ஒப்பாரி அரசியலாகவுமே தம்மை இது வரையிலும் அடையாளப்படுத்திக் கொண்டிருக்கின்றன, அனைத்து பட்டியலின சாதி கட்சியினரும்.

எப்படி பார்ப்பனர்கள் கோயிலை அதிகார மையமாகக் கொண்டு அரசியல் செய்கின்றார்களோ, எப்படி பிற்படுத்தப்பட்ட மற்றும் மிகவும் பிற்படுத்தப்பட்ட சாதியினர், கோயில் நுழைவு, வழிபடும் உரிமை என்ற பின்புலத்தில் அரசியல் தளத்தில் பங்கெடுக்கின்றார்களோ, அதைப் போலவே பட்டியலின மக்களுக்கும் குலசாமி, மற்றும் சோலைக் காடுகள் என உண்டு இதன் அடிப்படையில் இந்த பின்புலத்தில் பட்டியலின சாதியினரின் அரசியல் கட்டமைக்கப்படாமல், இந்து மதத்தின் உதிரிகளாகவே தமது கட்டமைப்பை தொடர்ந்து கொண்டிருப்பது, வடிவேலுவின் வசனமாகச் சொல்வதென்றால், பில்டிங் ஸ்டார்ங் பேஸ்மென்ட் வீக்காகவே இருக்கின்றது.

குலசாமி, சோலைக் கோயில்கள் என்பனவற்றிற்கு மூலதாரமாக பௌத்தம் வந்து நிற்க்கும், இந்த பின்புலத்துடன், பௌத்தத்தின் அடிப்படைக் கோட்பாடே, சகோதரத்துவம் மற்றும் சமத்துவம். ஆகிய இந்த இரண்டு நோக்கங்களின் அடிப்படையில் பொதுச் சமூகத்தில் இருந்து ஒடுக்கப்பட்ட மக்களைக் கொண்டே தன்னை

கட்டமைத்துக் கொண்டது பௌத்த சமயம். அதே போல், போதிசத்வா. அம்பேத்கர் அவர்களும் சமத்துவத்தை கற்பிக்காத இந்து மதத்தில் இனியும் இருந்து பயனில்லை என்ற முடிவின்படி, இந்தியாவில் தோன்றிய மதங்களில் வயது முதிர்ந்ததும் முழுமையானதுமான பௌத்தம் ஏற்று 60 ஆண்டுகளுக்கு மேலாகியும், பட்டியல் இன மக்கள் இன்னும் அம்பேத்கரை பின்பற்றி, பௌத்தம் தழுவி பிறப்பின் அடிப்படையிலான இந்து மத சாதியக் கட்டமைப்பான தீண்டத்தகாத சாதியினர் என்னும் நிலையினையும் மாற்றாமல், இந்து மதம் கட்டமைத்த இழி சாதியினன் அல்லது தீண்டத்தகாதவன் என்னும் நிலையோடு இன்றும் தங்களின் வாழ்வைத் தொடர்ந்து கொண்டிருக்கின்றனர்.

இந்திய சுதந்திரத்தின் தோல்வி மற்றும் அம்பேத்கரின் பௌத்த சமய மாற்றம் ஆகிய இரண்டையும் நாம் இணைத்துப் பார்க்கத் தவறிவிட்டோம். இன்றைக்கு சுதந்திரம் அடைந்து 70 ஆண்டுகளுக்குப் பிறகு நமக்குத் தோன்றுகின்ற உணர்வான, நாட்டு மக்களை சமப்படுத்தி, ஒற்றுமை உணர்வுடன் வாழ பழக்கப்படுத்ததாத இந்திய சுதந்திரம் என்பது, அதிகார மாற்றமே தவிர. சமூக மாற்றம் இல்லை என்தை போதிசத்வா அம்பேத்கர் அப்பொழுதே தெளிவாக சொன்னார்.

தமிழகத்தில் பட்டியல் இன மக்களின் அரசியல் பின்னடைவுக்கான காரணங்களாக இருப்பவை.

- சமூக ஆதரவின்மை
- சமய ஆதரவின்மை
- அரசியல் ஆதரவின்மை ஆகிய முப்பெரும் சக்திகளின் ஆதரவை இழந்து அரசியல் களத்தில் எதை சாதிக்க இயலும் என நம்பிக் கொண்டிருக்கின்றனரோ தெரியவில்லை.

1. தேசிய மற்றும், மாநில கட்சிகளில் இருக்கும் பட்டியலினத் தவரையும், பட்டியலின மக்களின் தலைமை கொண்ட கட்சிக்கு கொண்டு வருவதிலும் அது இன்னும் வெற்றியடையவில்லை. இது அந்த கட்சிகளுக்கு தான் சார்ந்த சமூகத்தின் ஆதரிவில்லை என்பதை காட்டுகின்றது. பிற்படுத்தப்பட்ட மக்கள் பல்வேறு கட்சிகளில் பிரிந்திருந்தாலும் அவர்களுக்கு சமய ஆதரவு மற்றும் சமூக ஆதரவு இருப்பதால், இந்த பிரிவினையும் தங்களுக்கான வளர்ச்சியாகவே அவர்கள் கருதுகின்றனர். அவ்வாறாகவே அது அமைகின்றது.

2. தமிழகத்தில் பட்டியல் இன அரசியல் குழுக்கள், தங்களின்

சமய நெறியாக பௌத்தத்தை ஏற்காமல், தாங்கள் தனித்து நின்று வெற்றிபெற இயலாது என்ற உண்மையை இதுவரையிலும் உணரவில்லை. மேலும் தனது மக்களை இந்து மதத்தில் இருந்து முழு அளவில் வெளியேற்றி பௌத்தம் ஏற்கச் செய்யும் செயல்திட்டம் எதுவும் இல்லை.

3. இந்து மதத்தில் இருந்து கொண்டே தனது செயல்திட்டமான அதிகாரப் பங்கீடு, என்பதில் வெற்றியடைய இயலாது என்பதையும் இன்னும் உணர்ந்து கொள்ளவில்லை. ஏனெனில் இந்து மதம் என்பது வருணாச்சரமத்தை அடிப்படையாகக் கொண்டதால், பார்ப்பனிய, சத்திரிய, வைசிய மற்றும் சூத்திரர்களின் அங்கிகரிக்கப் பட்ட மதமாக இருக்கின்றது, இந்த பட்டியலில் இனையாத பஞ் சமர்களின் மதமாக இந்து மதம் எப்பொழுதும் இருந்ததில்லை.

4. தங்களுக்கான சமயமாக அம்பேத்கர் காட்டிய பௌத்தத்தை ஏற்றுக்கொண்டு, பௌத்த சமயத்தின் பின் புலத்தில் அரசியல் நிகழ்த்த வேண்டும் என்னும் சமய அரசியல் கூட்டணியை இன்னும் உணர்ந்ததாக தெரியவில்லை.

5. பிற்படுத்தப்பட்ட மக்களின் வாக்கு சிதறலும், பட்டியலின மக்களின் வாக்கு குவியமும் வெற்றிக்கான முக்கிய காரணிகள் என்பதையும் இன்னும் உணரவில்லை, இதை உணர்ந்து இருந்தால், சேரிகள் தோறும் வாக்கு குவியத்தை உருவாக்கி, பெருமளவில் ஊராட்சி மன்ற தேர்தலில், சட்டமன்ற, பாராளுமன்ற தேல்தலில் வெற்றி பெற்றிருக்க இயலும்.

இறுதியாக, இந்த நிலையில் மாற்றம் வர வேண்டுமெனில், பட்டியலின சாதியினரும், பட்டியலின சாதிக்கட்சியினரும், தங்களின்

- சமூக ஆதரவு
- சமய ஆதரவு
- அரசியல் ஆதரவு என்னும் மூன்று நிலைப்பாடுகளையும் வலுவாக்கி கொள்ள வேண்டிய தேவை உள்ளது. அதன் அடிப் படையில் தங்களின் முதன்மை பணியாக, இந்துக்களாக இருக்கின்ற பட்டியலினத்தவரையும், சேரி மக்களையும், போதிசத்வா. அம்பேத்கர். முன் மொழிந்த பௌத்தத்தை ஏற்கச் செய்து, பட்டியலின மக்களுக்கான சமய ஆதரவை உருவாக்கும் தளமாக பௌத்தத்தை உருவாக்க வேண்டும், ஒவ்வொரு சேரிகளிலும் ஒரு பௌத்த விகாரை உருவாக்கி, பட்டியலின மக்களுக்கான சமய அடையாளத்தை மீட்டுருவாக்கம் செய்ய வேண்டியது அவசிய மான பணியாகும்.

சமயம் என்பதே சமூகங்களின் ஒருங்கிணைப்பு என்பதால், சமயத்தின் வழி, சமூக ஆதரவு எளிதாக கிடைக்க செய்ய இயலும், அதன் அடிப்படையில் அரசியல் ஆதரவு என்பது மிக எளிதாக கிடைக்கும். இத்தகைய பின்புலத்தை உணராத பட்டியலின சாதியினரின் அரசியல் என்பது பகல் கனவாகத்தான் முடியும்.

இதை முழுமையாக உணர்ந்த பின்னரே அம்பேத்கரும், இம்மக்களின் சமயமாக பௌத்தத்தை அடையாளப்படுத்தினார். அவருக்கு முன்னரே, பட்டியலின மக்களின் சமயமாக பௌத்தத்தை, பண்டிதர். அயோத்திதாசர், பேராசிரியர். லட்சுமி நரசு, பன்மொழிப் புலவர். கா. அப்பாதுரையார், தந்தை சிவராசு, போன்றோரும் அவர்காலத்தில் வாழ்ந்த பல பட்டியலின தலைவர்களும், பட்டியலின மக்களின் சமயமாக பௌத்தத்தை முன் நிறுத்தினர், மேலும் பௌத்த சமயத்தின் ஆதரவு என்னும் பின்புலத்தில் தங்களின் அரசியலையும் வடிவமைத்துக் கொண்டனர்.

இன்று சேரிகளில் உள்ள பெருந்தெய்வ கோயில்கள் பார்பணிய, இடைச்சாதிகளின் ஆதிக்கத்தின் அடையாளங்கள் என்பதை சேரி மக்களுக்கு உணர்த்தி. சமத்துவம் மற்றும் சகோதரத்துவத்தின் அடையாளமான புத்தரின் விகாரை சேரிகளில் கட்டமைக்க வேண்டும். அல்லது, புத்தர் ஞானம் பெற்றதற்க்கு அடையாளமாக உள்ள அரச மரத்தின் கீழ் இருக்கும் பிள்ளையார் சிலைகளைப் போல, சேரிகள் தோறும் அரச மரத்தின் கீழ் புத்தரின் சிலைகளை வைத்து வழிபாடும், தியானமும் நடைபெற வேண்டும்,

சேரியிலுள்ளவர்கள் வழிபட ஒரு கடவுள் அல்லது சமயத்தை காண்பிக்காதவரை, அம்மக்கள் இந்து மதத்தின் பெருந்தெய்வங்களையும், சிறு தெய்வங்களையும் தனக்கான கடவுளாக பாவித்து வழிபடத்தான் செய்வார். அவ்வாறு வழி படச் செய்யும் போது அவர் இயல்பாகவே பட்டியலின மக்களின் அரசியல் ஆதரவு என்னும் நிலையில் இருந்து இந்து மதம் வழியாக கட்டமைக்கப்பட்ட சமூக மற்றும் அரசியல் ஆதரவாளராகத்தான் தம்மை அடையாளப்படுத்துவார். அவ்வாறுதான் அடையாளப்படுத்த இயலும். எனவே இந்த நிலை மாற பட்டியலினத்தவர்கள் தனக்கான சமயமாக பௌதத்தையும், கடவுளாக புத்தரையும் ஏற்க செய்ய வேண்டியது பட்டியலின சாதியினரின் அரசியல் கட்சிகளின் முக்கிய பணியாக மாற வேண்டிய காலத்தேவையும் தற்போது உள்ளது.

இலவச இரவுப் பள்ளிகள்

ஒவ்வோராண்டும் தமிழக நிதி நிலை அறிக்கையில் கல்வித் துறைக்கான நிதி ஒதுக்கீடும் அளவு குறைந்து கொண்டே வருவதும், அரசுப் பள்ளிகளின் எண்ணிக்கையை திட்டமிட்டே குறைத்துக்கொண்டு வருவதும், காலியாக உள்ள ஆசிரியப் பணி யிடங்களை நிரப்பாமல் காலந்தாழ்த்திக் கொண்டு வருகின்றது. இது யாருடைய கல்வியை பாதிக்கும் செயல் என்று என்றேனும் நாம் எண்ணிப் பார்த்திருப்போமா?

உண்மையில் நமது கல்வி முறை ஏழை மக்களுக்கு எதிராகவும், பணக்காரர்களுக்கு ஆதரவாகவும் உள்ளது என்பதை அனைவரும் உணருவார்கள். அரசாங்கமே தனியார் பள்ளிகளை ஊக்குவிக்கின்ற விதத்தில்தான் உள்ளது. ஏழைகள் அதிகம் பயன்படுத்துகின்ற, அரசுப் பள்ளிகளிகளில் விளிம்பு மக்களின் குழந்தைகள்தான் அதிகம் படிக்கின்றனர்.

அவர்கள் தனியார் பள்ளிகளில் மனப்பாடம் செய்து ஒப்பு விக்கும் மாணவர்களோடும், தேர்வு முறைகளோடும் போட்டி போடுகின்ற நிலையில்தான் இன்றும் உள்ளனர்.

மேலும் நமது வாழ்க்கை முறையில் திரைப்படங்களும், தொலைக்காட்சியும், கிரிக்கெட்டும் ஒரு அங்கமாகிப் போனதால், அரசு பள்ளியில் பயிலும் மாணவனுக்கு பள்ளிப் படிப்போடு வீடுகளில் படிக்க வசதியும் வாய்ப்பும் இல்லாமல் போகின்றது, இது ஏழை மாணவர்களின் தேர்ச்சி நிலையைப் பாதிக்கும் செயலாகவே இருந்துகொண்டு வருகின்றது.

குறிப்பாகச் சேரிகளில் உள்ள அரசு பள்ளிகளில் படிக்கும், கிராமப்புற மாணவனுக்கு இரவுகளில் தகப்பனின் குடியும், வீடுகளில் தொலைக்காட்சியில் நீள் தொடர்களின் ஒலிபரப்பும், மாணவனின் இரவு நேர படிப்பை பெருமளவில் பாதிப்பதால் அவனால் இரவு நேரத்தில் வீடுகளில் படிக்க முடிவதில்லை, இதனால் தாழ்த்தப்பட்ட மாணவனின் கல்வி நிலை உயரமுடியாமல் தேர்ச்சி பெற முடியாததாலும், பள்ளிப் படிப்பை இடையில் நிறுத்தியும், தோல்வியுறுகின்ற நிலைக்குத் தள்ளப்படுகின்றான் பின் ஆனாக இருந்தால் அவன் உடலுழைப்புத் தொழிலில் ஈடுபட வேண்டிய நிலைமையும், பெண்ணாக இருந்தால் திருமணம் செய்து கொடுக்கும் நிலையும்தான் பெரும்பாலும் நிகழ்கின்றது நமது நாட்டில்,

இந்த நிலையை தவிர்க்க ஒவ்வொரு சேரிகள் தோறும், இலவச இரவுப் பள்ளிகளை ஆரம்பித்து அதில் மாணவ மாணவிகளுக்கு பயிற்சியும், படிக்க வாய்ப்பும் அளிக்க வேண்டும், இதனால் தலித் கிராமப்புற மாணவ மாணவிகளின் கல்வித் தரம் உயரும். இதனை ஒரு இயக்கமாகவே செய்ய வேண்டிய கட்டாயம் நமக்கு இருக்கின்றது. சேரிகளில் உள்ள அரசியல் இயக்கம் அல்லது கட்சிகள், சமூக இயக்கங்கள், தொண்டு நிறுவனங்கள் மற்றும் தன்னார்வலர்கள், அரசுப் பணியில் இருப்போர் கூட இதனை பொறுப்பேற்று செய்ய இயலும், இதனால் அரசியல் கல்வியும் அங்கு பயிலும் மாணவ மாணவிகளுக்கு கிடைத்து தெளிவான அரசியல் புரிதலோடு வளர்வார்கள்.. கல்வி நிலையும் உயர்கின்ற வாய்ப்பு இயல்பாகவே அமைகின்றது.

வேலூர் மாவட்டத்தில் உள்ள தளபதி கிருஸ்ணசாமி இலவச இரவுப் பள்ளி கூட்டமைப்பு, வேலூர் மாவட்டத்தில் உள்ள பள்ளிகொண்டா மற்றும் அதனை சுற்றியுள்ள 25 கிராமங்களில் சேரிகள் தோறும் பள்ளி மாணவ மாணவிகளுக்கென்று இலவச இரவுப் பள்ளியை நடத்தி வருகின்றது சுமார் 25 ஆண்டு காலமாக, இந்த பள்ளியில் படிக்கின்ற மாணவர்களே, பள்ளிப் படிப்பை முடிந்தது பள்ளி ஆசிரியர்களாக தன்னார்வத்துடன் பொறுப்பேற்று ஆர்வத்துடன் நடத்திக் கொண்டு வருகின்றார்கள். இதனை நானே நேரில் பார்த்து வியந்திருக்கின்றேன்.

அதேபோல திருவண்ணாமலை மாவட்டம் செய்யார் ஒன்றியத்தில் உள்ள கரந்தை மற்றும் அதனை சுற்றியுள்ள 10 கிராமங்களில் 50 ஆண்டுக்கும் மேலாக இலவச இரவுப் பள்ளிகள் தன்னெழுச்சியாக நடந்து கொண்டு வருகின்றது, இந்த கிராமங்களில் தலித் மாணவ மாணவிகளின் தேர்ச்சி விகிதம் அதிகமாக இருக்கின்றது, கல்லூரியில் பயிலும் மாணவ மாணவிகளின் எண்ணிக்கையும் அதிகமாக இருக்கின்றது, மேலும் அரசு பணியில் உள்ள தலித்களின் எண்ணிக்கையும் அதிகமாக இருக்கின்றது.

கல்வி மட்டுமே சமத்துவத்தை கொண்டு வரும் கருவியாக இருக்கும், ஒரு சமூகம் கல்வியில் பின் தங்கியிருப்பது அந்த சமூகத்தின் வளர்ச்சியை பின்னுக்கு இழுக்கும் செயலாகவே இருக்கின்றது, எனவே இந்த நிலை நீடிக்காமல் இருப்பதற்கு, சேரிகள்தோறும் இலவச இரவுப் பள்ளிகளை இயக்கமாக கொண்டு செல்லவேண்டிய அவசியம் இருக்கின்றது. அந்த பணி இன்றைக்கு முதன்மையாக பணியாக முன்னெடுக்க வேண்டிய கடமை நமக்கு இருக்கின்றது.

அரசு திட்டங்களும் அடித்தட்டு மக்களும்...

முப்பது கோடி மக்களை முன்னூறு ஆண்டுகளுக்கும் மேல் வெறும் முப்பதாயிரம் இராணுவ வீரர்களை வைத்துக் கொண்டு ஆள இயலுமா என்ற கேள்விக்கு நம்மில் பல பேர் முடியாது என்றே பதிலளிப்பார்கள். ஆனால் உண்மையில் நமது இந்தியாவை ஆங்கிலேயர்கள் இப்படித்தான் ஆண்டனர்.

ஆங்கிலேயர்கள் துப்பாக்கி முனையில் மட்டும் நம்மை அடக்கி ஆண்டு கொண்டிருக்கவில்லை, மாறாக அதைவிட மிக மிக சக்தி வாய்ந்த ஆயுதத்தை நம்மீது பயன்படுத்தினர். அந்த ஆயுதம் ஆங்கிலேயர்களின் ஆட்சிக்காலத்தின் இறுதி வரை தனது வேலையை செய்து கொண்டிருந்தது, அவர் களுக்குப் பின் வந்த ஆட்சியாளர்களும் அதன் பலனை அனுபவித்து சுவைத்ததனால் அந்த பாணியிலேயே தொடர்ந்து செயல்பட்டுக் கொண்டிருக்கின்றனர். அந்த ஆயுதத்தின் பெயர், "பிரித்தாளும் சூழ்ச்சி" இந்திய மக்களை எந்த நிலையிலும், எந்த காரணத்திற்காகவும், ஒத்த கருத்து கொண்டு ஒன்றினைய கூடாது என்பதற்காக வெள்ளையர்கள் உருவாக்கிய ஆயுதம்தான் "பிரித் தாளும் சூழ்ச்சி" வெள்ளையரின் ஆட்சி முடிவுற்ற பிறகு சுதந்திர ஆட்சி அமைந்த பிறகும் வெள்ளையர்களின் சட்ட திட்டங்களை எந்த வித மறுப்பும் மாற்றமும் இன்றி ஏற்றுக் கொண்ட இந்திய அரசு, மற்றும் அரசியல்வாதிகள், ஆட்சியாளர்கள், அவர்களின் பிரித்தாளும் சூழ்ச்சியையும் அப்படியே ஏற்றுக் கொண்டு நமது மக்களை இன்று வரை பிரித்தாளும் சூழ்ச்சியை கொண்டே ஆட்சி நடத்துகின்றனர்.

வளங்களின் அடிப்படையில் நிலமுடையவர் — நிலமற்றவர்

பொதுதளத்தில் பணக்காரர்கள்—ஏழைகள்

சமூக தளத்தில் தீண்டத் தகுந்தவர்கள்—தீண்டத் தகாதவர்கள்

பாலின வகையில் ஆண் — பெண்

பணித்தளத்தில் அரசு ஊழியர் — தனியார் ஊழியர்

கூலியின் அடிப்படையில் தினக்கூலி — மாதக்கூலி

குடும்பத்தின் அடிப்படையில் தனிக்குடும்பம் — கூட்டுக் குடும்பம்

தற்போது அதுவும் போய் சிறுகுடும்பம் — பெருங்குடும்பம்

ஊதியத்தின் அடிப்படையில் ஊதியக்குழு பரிந்துரைத்த ஊதியம் — தொகுப்பு ஊதியம் — போன்ற என்னற்ற பாகு பாடுகளை உருவாக்கி வைத்துக்கொண்டு தேவைக்குத் தகுந்தாற் போல் ஒவ்வொருவரையும் தங்களுக்கு இவர்தான் பகையென பாவித்து பிரித்தாளும் சூழ்சியை கையாண்டு ஒருவருக்கொருவர் எதிர்நிலையில் வைத்து மோத வைத்து தனக்கான தேவையை நிறைவேற்றிக் கொண்டிருக்கின்ற ஆளும் அரசுகள்.

எனக்கு தேவையான ஒரு சலுகையோ, அல்லது திட்டத்தின் பயனோ, கிடைக்கவில்லையெனில் அதை எனக்கு தரவேண்டிய கடமையும் பொருப்பும் உள்ள அரசாங்கமே இதற்க்கு காரணம் என நான் எந்த சூழ்நிலையிலும் நினைத்து அரசாங்கத்திற்கு எதிராக எனது கவனம் செல்ல முடியாத வகையில் இங்கு கண்ணுக்குத் தெரியாத மாய வலை பின்னப்பட்டிருக்கின்றது.

எனக்குத் தேவையானவை கிடைக்காமல் போனதற்கு இவர்தான் காரணம், இவர் சார்ந்த அமைப்பும், அல்லது பிரிவும் தான் காரணம் என அரசின் நல திட்டங்கள் கிடைக்காமல் போவதற்காக அடுத்தவரின் மீது பழியைப் போட்டு அதை நம்பவும் வைக்கின்றது அரசாங்கம். உதாரணத்திற்காக, எனக்கு அரசு வேலைக் கிடைக்கவில்லையெனில், அரசு வேலை கிடைக்காத ஒரு நபரிடம் சென்று காரணம் கேட்டால், அவரிடமிருந்து வரும் பதில், இட ஓதுக்கீட்டின் அடிப்படையில் பட்டியல் சாதியினருக்கு வேலை வாய்ப்பு கிடைப்பதால் எனக்கு வேலை கிடைக்கவில்லை என்பார்.

உண்மையில் இட ஓதுக்கீட்டின் பயன் பட்டியலினத்தவருக்கு போய் சேரமாலும், வேலை வாய்ப்பில் பின்னடைவாக உள்ள பணிகளை நிரப்பப்படாமலும் அவர்களும் வேலையின்றித்தான் தவிக்கின்றனர். அவர்களிடம் கேட்டால், எல்லா பணிகளிலும் பிற்பட்டவர்களும், மிகவும் பிற்பட்டவர்களையும் அரசு நிரப்பு கின்றது, எங்களுக்கு வேலை கிடைப்பதில்லை என்பார்கள். இதுதான் அரசின் பிரித்தாலும் சூழ்ச்சி.

உண்மையில் வேலை காலியாக உள்ள இடத்தில் அவரவர்க்கு பிடித்தவர்களை நியமனம் செய்ய அரசாங்கமும் அதிகாரிகளும் கையாளும் சூழ்ச்சி இது. இதை நாம் எப்பொழுதும் கண்டறிய முடியாது.

இதைப்போலத்தான் நாட்டில் எப்பொழுதும் எதாவது ஒரு அமைப்பு, சங்கம், சமூகம் தங்களின் உரிமைக்காக போராடிக் கொண்டிருக்குமாறு இந்த அரசாங்கமே போராட்டக்காரர்களையும் உருவாக்கும், அவர்களுக்கு எதிராகப் போராடக்கூடியவர்களையும்

உருவாக்கும். இரண்டு பக்கமும் அரசு இருப்பதற்கான காரணம், அவர்கள் மற்றும் அவர்களின் குடும்பத்தில் உள்ள வாக்குகளின் எண்ணிக்கையை கணக்கிடுவதால் அரசாங்கம் இரண்டு பக்கமும் ஆதரவாகத்தான் நிற்க்கும், பாவம் போராட்ட களத்தில் சந்திக்கின்றவர்கள்தான் தங்களுக்குள் இழப்பை உணர் கின்றனர்.

அரசாங்கத்துக்கு போராட்டத்தால் இறந்தாலும் லாபம், வெற்றிப் பெற்றாலும் லாபம் என்னும் மனோபாவத்தியிலே இருக்கும் எப்பொழுதும். எவரேனும் இறந்தால், அவருக்கு நிதி உதவித்தொகை அளித்து அதை விளம்பரப்படுத்தும், போராட்டம் வெற்றி பெற்றால், (வாக்கு கணக்குகளின் அடிப்படையில் தான் ஒரு போராடத்தின் வெற்றி தோல்விகள் தீர்மாணிக்ப்படுகின்றன) நாங்கள்தான் உங்களின் கோரிக்கையை ஏற்று வெற்றி பெற வைத்தோம் எனவே உங்கள் அமைப்பின் ஆதரவு எங்களுக்குத்தான் வேண்டும் என வியாபார கணக்குப் பார்க்கும்.

இலவசகமாக கிடைக்கின்ற சலுகைகளில் கூட இவ்வாறுத்தான் அது நடந்து கொள்ளும், இதுதான் அரசாங்கம் கையாளுகின்ற பிரித்தாலும் சூழ்ச்சி, இதை அரசாங்கமே எப்பொழுதும் செய்யாது, அயினும் அதனின் கண்கானிப்பில் அரசாங்க அலுவலர்கள், அதிகாரிகள் இந்த வேலையை முனைப்பாக எப்பொழுதும் செய்துகொண்டிருப்பார்கள், குறிப்பாக அரசாங்கத்துக்கு உயர் மட்டத்தில் இருக்கும் அதிகாரிகள் எப்பொழுதும் எவரையாவது பிரித்து தனிமைப்படுத்திக் கொண்டே இருப்பார்கள்.

சிறுவயதில் நாம் படித்த 5 எருதுகள் ஒரு சிங்கம் நரி இந்த கதையை நினைத்துக் கொள்ளுங்கள், எருதுகளாக மக்களை நினைத்துக் கொள்ளுங்கள், சிங்கமாக அரசாங்கம் உங்களுக்கு இயல்பாகவே நினைவுக்கு வரும், நரியாக அரசு உயர் அதிகாரிகளும் அலுவலர்களுமே இருக்கின்றனர் என்பதையும் நினைத்துப் பாருங்கள். இந்த அடிப்படையில்தான் அரசாங்கம் தனது மக்களை பிரித்தாண்டு கொண்டிருக்கின்றது.

இதில் அரசாங்கத்தின் திட்டத்தை அமுல் படுத்த வேண்டிய அதிகாரிகள் எப்பொழுது எந்த திட்டம் வந்தாலும் அதை, தான் சார்ந்த சமூக மக்களின் நலனுக்காக மட்டுமே பயன்படுத்திக் கொள்வர், மற்றவர்கள் அவரை சென்று பணிந்து, அவரின் மனம் மகிழும்படி நடந்து கொண்டால் வேண்டுமாயின் செய்யலாம், தப்பித்தவறி எவரேனும் மக்களாட்சித் தத்துவத்தை அவரிடம் பேசினாலோ, அல்லது காந்தி சொன்னதாக அரசங்க அலுவலகத்தில் மாட்டி வைத்திருக்கும் , நமது வாடிக்கையாளர்தான் நமக்கு வாய்ப்புதருகின்றார் என்பன

போன்றோ, இன்னும் சிலரோ கொஞ்சம் மேலே போய் எங்களின் வரிப்பணத்தில்தான் உனக்கு சம்பளம் கிடைக்கின்றது என்பது போன்று பேசினாலோ, அவர்களுக்கு அரசாங்கத்தின் ஒரு சிறு துரும்பளவு சலுகை மற்றும் உதவி கூட கிடைக்காமல் செய்வார்கள் நமது அரசு அதிகாரிகள்.

அரசாங்கத்தில் சில திட்டங்கள் வெற்றி என்று சொல்வார்கள், ஒரு சில திட்டங்களை தோல்வி என்று சொல்வார்கள் இரண்டுமே அரசு அலுவலர்களால் திட்டமிட்டு உருவாக்கப்பட்டவைகள்தான் என்பதை நாம் புரிந்து கொள்ள வேண்டும். மேலும் நான் கொடுப்பதை நீங்கள் பெற்றுக் கொள்ள வேண்டும், தப்பித்தவறி உரிமையென்றெல்லாம் பேசக்கூடாது என்பதுதான் ஒவ்வொரு அதிகார மட்டத்திலும் அதன் கீழ் பணிபுரிபவர்களுக்கான கட்டளையாக இருக்கின்றது.

இதைத்தான் பட்டியலின மக்களுக்கு அரசு அதிகாரிகளும், இடைநிலைச் சாதியில் இருந்து வரும் அரசியல்வாதிகளும் எங்களுக்கான சலுகைகள் என்று கேட்டாலோ, அல்லது என் மக்களுக்கான ஒதுக்கீடு எங்கே போனது என கேட்டாலே, உனக்கு வேண்டுமா வாங்கிக் கொள் உன் மக்களுக்கென கேட்காதே என ஒரு சமூகத்தில் இருந்து ஒருவரை தனிமைப்படுத்தி விடுவார்கள்.

மீறி யாரேனும் எங்களுக்கு வேண்டும் என கேட்டால், நான் கொடுப்பதை வாங்கிக் கொள் இல்லையென்றால் இடத்தை காலி பன்னு என்பார்கள். ஆண்டு கணக்கில் இந்த திட்டத்தின் பயானாளிகள் யாரும் இல்லாமல் அந்த தொகை மீள செலுத்தப்படும் அல்லது மொத்தமும் இடைச்சாதிக்கு சென்று சேரும்.

இப்படித்தான் அரசின் திட்டங்கள் அடித்தட்டு மக்களைச் சென்று சேர்ந்து கொண்டிருக்கின்றது. அரசின் ஒரு திட்டத்தை வாங்க இங்கே கூழை கும்பிடும் கூண் விழும் அளவுக்கு வளையவும் வேண்டி இருக்கின்றது என்பதுதான் பட்டியலின மக்களின் வாழ்க்கையில் சந்திக்கும் யதார்த்தமான உண்மையாக இருக்கின்றது.

தலித்துகளுக்கான தனி நிதி நிலை அறிக்கை

தமிழ்நாட்டில் தலித் மக்களின் எண்ணிக்கை 2011 ஆம் ஆண்டு நடந்த 15 வது தேசிய மக்கள் தொகை கணக்கெடுப்பின் படி 84.73 லட்சமாகும். பழங்குடி மக்கள் தொகை 4.09 லட்சமாகும். விழுக்காடு அளவில் சொல்வதென்றால், அட்டவனை சாதிகள் 24.26 சதவிகிதமும், அட்டவனை பழங்குடிகள், 1.17 சதவிகிதமும் உள்ளனர்.

அட்டவனை சாதிகள் மற்றும் அட்டவனை பழங்குடிகள் ஆகிய இம்மக்களின் தேசிய சராசரி மாத வருமானம், கிராமங்களில் உள்ள அட்டவனை சாதிகளுக்கு 87.83 ரூபாயும். அதுவே பிற்படுத்தப்பட்ட மற்றும் மிகவும் பிற்படுத்தப்பட்ட சாதிகளுக்கான மாத வருமானம் ரூபாய். 119.94 ரூபாயும் ஆகும். அதே நேரத்தில் நகர்புறத்தில் வாழ்ந்து வரும், அட்டவனை சாதி மக்களின் சராசரி மாத வருமானம் 113.50 ரூபாயும். பிற சாதியினத்தவரின் சராசரி நகர்புற மாத வருமானம் 170.30 ஆக இருக்கின்றது. தாழ்த்தப்பட்ட மற்றும் பழங்குடியின மக்களின் மேம்பாட்டிற்கென மத்திய அரசும் மாநில அரசும் 1981 ஆம் ஆண்டிலிருந்து சிறப்பு உட்கூறு திட்டத்தை நடைமுறைப்படுத்தி வருகின்றது. தற்போது இந்த திட்டம் சிறப்பு திட்டம் (Special Plan). என அழைக்கப்படுகின்றது. அதன்படி மாநில அரசு தாழ்த்தப்பட்ட மற்றும் பழங்குடியின மக்களின் மேம்பாட்டிற்காக என ஒதுக்கீடு செய்யும் தொகைக்கு ஈடான தொகையை மத்திய அரசு வழங்கும்.

இந்த தொகையை பயன்படுத்தி தாழ்த்தப்பட்ட மற்றும் பழங் குடியின மக்களின் மேம்பாட்டிற்கான திட்டங்களை வகுத்து அம்மக்களை பொருளாதார வளர்ச்சியடையச் செய்வதே நோக்கம். ஆனால் அரசும், அமைச்சர்களும், அதை முறையாக செய்வதில்லை. ஏனெனினல் மாநில அரசு ஆண்டுதோறும் ஒதுக்கீடு செய்யும் தொகை சுமார் 2500 கோடியாகும். அதற்கு ஈடான தொகையை மத்திய அரசும் ஒதுக்கீடு செய்கின்றது. இவ்வாறு பட்டியலின மற்றும் பழங்குடியின மக்களின் மேம்பாட்டிற்காக வழங்கப்படும் தொகையை எந்த வகையில் மாநில அரசு செயல்படுத்துகின்றது, அதில் பயனடைந்த தாழ்த்தப்பட்ட மற்றும் பழங்குடிகளின் எண்ணிக்கை எவ்வளவு, பணத்தொகை எவ்வளவு என்பதை குறித்து எந்த விவரமும் யாருக்கும் தெரியாது.

இந்தியாவிலும், தமிழகத்திலும் அரசும் அரசு அதிகாரிகளும், ஆளும் கட்சியினரும் எப்பொழுதும், பிற்படுத்தப்பட்ட, முற்படுத்தப்பட்ட மக்களிலிருந்தே பெரும்பாண்மையாக

பங்கெடுப்பதால் அவர்கள் பட்டியலின மக்களை, ஆதிக்க சாதி என்னும் மனோபாவத்திலிருந்தே பார்ப்பதால், அனைவரும் பொது என்னும் நோக்கிலிருந்து பார்க்கத் தவறுகின்றனர். மேலும் ஏழைகளாக இருக்கும் பட்டியலின மக்களின் வாழ்வை உயர்த்துவம் மக்களின் பிரதிநிதி என்னும் வகையில் தமக்கான கடமை என்பதையும் உணர்வதில்லை.

தாழ்த்தப்பட்ட மக்களும் பழங்குடிகளும், தம்மை பணிந்து கேட்டால் செய்ய தயராக இருக்கின்றனரே ஒழிய, தமக்கான உரிமை என்றோ, அதை செய்ய வேண்டியது அரசு மற்றும் மக்கள் பிரதிநிதிகளின் கடமை என்பதையோ எப்பொழுதும் உணர் வதில்லை. அதனால்தான் அரசின் திட்டங்கள் தாழ்த்தப்பட்ட பழங்குடியினத்தவருக்கு இங்கொன்றும் அங்கொன்றுமாக கிடைக்கின்றதே தவிர முழுவதுமாக சென்று சேர்வதில்லை.

இந்த நிலையை மாற்ற இன்று வரை சிறப்பு உட்கூறு திட்டத்திற்கு வரும் நிதியை பயன்படுத்த தாழ்த்தப்பட்ட மற்றும் பழங்குடி மக்களுக்கென தனி திட்டமும் நிதியறிக்கையும் தேவை என்பதை எந்த தேசிய கட்சிகளும், முன்மொழியவில்லை, தமிழ் மாநில அளவில் உள்ள திராவிட கட்சிகளும் இது குறித்து யோசித்தது கூட இல்லை. பட்டியலின சாதியில் உள்ள அரசியல் கட்சிகள் யாவும் சிறப்பு துணை திட்டத்தின்படி வரும், பட்டியலின மக்களின் மேம்பாட்டுக்காக வரும் நிதியை பட்டியலின மக்களுக்காக மட்டும் பயன்படுத்துங்கள். அவ்வாறு எங்களுக்கு வரும் நிதியை எங்களுக்கே பயன்படுத்துங்கள் அதற்க்கு வாய்ப்பாக சிறப்பு உட்கூறு துனை திட்டத்திற்க்கென தனி நிதி அறிக்கை தேவை என வாய் திறக்கவும் திராணியற்று இருக்கின்றார்கள். தனித் தொகுதிகளில் தாழ்த்தப்பட்ட மக்களின் பிரதிநிதிகளாக வென்று சட்டசபைக்குச் செல்லும் 48 சட்டமன்ற உறுப்பினர்களும் இது குறித்து குரலெழுப்பியதும் இல்லை.

எனில் இந்த தொகை எங்குதான் செல்கின்றது. திட்டமில்லாத செலவுகளுக்கு பயன்படுத்தப்படுகின்றது. அரசின் ஆடம்பர விழாக்களுக்கு பயன்படுத்தப்படுகின்றது. மந்திரிகள் பெயரில் சுவிஸ் வங்கிக்குச் செல்கின்றது. ஆனால் இந்த நிதியானது பட்டியலின மக்களுளின் மேம்பாட்டுக்கு மட்டும் செல்வதில்லை.

தாழ்த்தப்பட்ட மக்களின் வாழ்க்கை நிலையானது நோயோடு போராடுவதும் ஊட்டச்சத்து குறைபாடு உள்ளதுமான நிலையில் தான் உள்ளது. இந்த தொகையை பயன்படுத்தி இந்த மக்களுக்கான ஊட்டச்சத்து குறைபாடுகளை போக்கி ஆரோக்கியமாக வாழ பல நல்ல திட்டங்களை செய்யலாம்.

இன்றுவரையிலும் சேரிகளில் கூரை வீடுகளிலும் குடிசை வீடுகளிலும் வாழ்வோர்கள் அதிகமாகத்தான் இருக்கின்றனர் அவர்களுக்காக இந்த திட்டத்தின் நிதியை பயன்படுத்தி வீடு இல்லாதவர்களுக்கு வீடு கட்டித்தரலாம். ஆதிதிராவிடர் நலப் பள்ளிகள் மற்றும் பழங்குடிகள் நலப் பள்ளிகள் பத்தாம் வகுப்பு வரையிலுமே உள்ளது, மேல் நிலை கல்வி வரையிலும் இல்லை, தாழ்த்தப்பட்ட மற்றும் பழங்குடிகளுக்கென கல்லூரிகளே இல்லை. மேலும் அவர்களுக்காக மாநில அளவில் ஒரு பல்கலை கழகம் கூட கிடையாது. பின் எப்படி அம்மக்களின் கல்வித்தரம் உயரும். கல்வியில் உயரவில்லை எனில் அவர்களின் வாழ்க்கை தரம் எப்படி உயரும்.

200 கோடி இருந்தால் ஒரு மருத்துவ பல்கலை கழகத்தை உருவாக்கலாம். 100 கோடி இருந்தால் ஒரு பல்கலை கழகத்தை உருவாக்கலாம், 20 கோடி இருந்தால் ஒரு சுய நிதி கல்லூரியை உருவாக்கலாம் என்னும் போது சிறப்பு உட்கூறு திட்டத்தைப் பயன்படுத்தி இம்மக்களுக்கான கல்வி நிலையங்களை அரசாங்கம் உருவாக்கி இருந்தால் கல்வித்தரமும் அத்துடன் அவர்களின் வாழ்க்கைத் தரமும் உயர்ந்திருக்கும். ஏன் இதையெல்லாம் எவரும் கேட்கவில்லை. இந்த மக்கள் தொழில் துவங்க வங்கி கடன் வாங்க முடியாத நிலை உள்ளது. தற்போது. தாட்கோ மூலம் வங்கி கடனுக்கு முயற்சிச் செய்தாலும் அவர்கள் தள்ளுபடியினை மட்டுமே வங்கிகளுக்கு அனுப்புவதால் தொழில் துவங்க தேவைப்படும் நிதி பெறுதில் தற்போது பெரும் சிக்கல் நிலவுகின்றது. ஒரு தேசிய வங்கியினை ஆரம்பிக்க தேவைப்படும் மூலதனம் வெறும் 500 கோடி ரூபாய் ஆகும். சிறப்பு உட்கூறு துனை திட்டத்தைப் பயன்படுத்தி ஆண்டுதோறும் 17 தேசிய வங்கிகளை ஆரம்பிக்கலாம்.

கிராமப்புற வங்கிகளை ஆரம்பிக்க 10 கோடி முதலீடு தேவைப்படுகின்றது. சிறப்பு உட்கூறு துணை திட்டத்தைப் பயன்படுத்தி ஆண்டுதோறும் 500 கிராமப்புற வங்கிகளை (Regional Rural Bank) ஆரம்பிக்க முடியும். இதன் மூலம் ஆண்டு தோறும் பல லட்சம் கிராமப்புறத்தில் இருக்கும் ஏழை எளிய மக்கள் வாழ்க்கைத் தரத்தை மேம்படுத்த முடியும்.

ஏழை எளியவர்களுக்கு கடன் உதவி தரும் நுன்நிதி நிறுவனம் ஆரம்பிக்க 5 கோடி முதலீடு தேவைப்படுகின்றது. அரசு சிறப்பு உட்கூறு துணை திட்டத்தைப் பயன்படுத்தி ஆண்டுதோறும் 1000 நுன் நிதி நிறுவனங்களை (Micro Finance Institutions) ஆரம்பித்து தாழ்த்தப்பட்ட மற்றும் பழங்குடியினருக்கு கடன் உதவி அளித்து அவர்களின் வாழ்க்கைத் தரத்தை உயர்த்த முடியும்.

இவை தவிர சிறப்பு உட்கூறு துணை திட்டத்துக்கென தனி நிதி நிலை அறிக்கை (Budget) இயற்றி அதன் படி செயல்படும் போது தாழ்த்தப்பட்ட மற்றும் பழங்குடி இன மக்களுக்கென உருப்படியான திட்டங்கள் வரும் திட்ட நிதிகளுக்கே அவற்றை செயல்படுத்த முடியும்.

பணம் எங்கு செல்கின்றது என்பதையும் கண்காணிக்க இயலும். இவைகளை யெல்லாம் தலித் தலைவர்களும், சட்டமன்ற உறுப்பினர்களும் ஏன் கேட்பதில்லை.? இவர்களே சட்டமன்றத்தில் இதை கேட்கவில்லையெனில் வேறுயார் கேட்பார்கள் என்பதையும் ஏன் இவர்கள் உணர்வதில்லை.,?

எப்பொழுதும் ஒரு சமுக மக்கள் இறந்து முன்னேற முடியாது. மாறாக முனைந்து முன்னேற முடியும். அவ்வகையான முனைந்து முன்னேறும் திட்டம் எதுவும் தாழ்த்தப்பட்ட மற்றும் பழங்குடியின மக்களிடமும் இல்லை. தலைவர்களிடமும். இல்லை.

இப்போது தாழ்த்தப்பட்ட மற்றும் பழங்குடியின மக்களுக்கும் தலைவர்களுக்கும் தேவைப்படுவது இந்த மக்களை முனைந்து முன்னேற்ற தேவைப்படும் திட்டங்கள் மட்டுமே. இல்லையெனில் எத்தனை நுற்றாண்டுகள் கடந்தாலும் இவர்கள் ஏழைகளாக்படும் ஏழைகளாத்தான் இருப்பார்கள். இதைத்தான் இந்த ஆட்சியாளர்களும், அரசும் எப்பொழுதும் விரும்புகின்றது.

பட்டியலின மக்களின் முன்னேற்றத்தை துரிதப்படுத்த, சிறப்பு உட்கூறு திட்டத்தின் நிதியை பயன்படுத்தி அந்த நிதியினை கொண்டு செயல்படுத்தப் போகும் பணிகளைக் அறிவித்து அதற்கான இலக்கினை நிர்ணயித்து, தாழ்த்தப்பட்ட மற்றும் பழங்குடிகளுக்கான துறையை கொண்டே அதனை செயல் படுத்தி மற்றும் கண்காணிக்கும் வகையில் தனி நிதி நிலை அறிக்கையை வலியுறுத்தும் பணியினை அனைத்து பட்டியலின இயக்கங்களும், அரசியல் கட்சிகளும், தொண்டு நிறுவனங்களும், மக்கள் அமைப்புகளும் போராட வேண்டும் அப்பொழுதுதான் நமக்கான நிதி நமக்கு மட்டுமே பயன்படும்.

ஏனெனில் 2500 ஆண்டுகளுக்கும் மேலாக பிற்படுத்தப் பட்டவர்களும் முற்படுத்தப்பட்டவர்களும் சாதிய ஆதிக்கத்தில் கீழ் நிலையில் உள்ளவர்களின் உழைப்பையும் வளங்களையும் உறிஞ்சித்தான் வாழ்ந்து கொண்டிருக்கின்றனர்.

www.ingramcontent.com/pod-product-compliance
Lightning Source LLC
LaVergne TN
LVHW060420051026
849518LV00007B/2643
* 9 7 8 8 1 9 4 1 7 9 2 0 7 *